Aufwachen mit dem Meer

Thức với biển

Nguyễn Đình Tâm

Translated to English by
Van Duc Man

Translated from the English version
of Wake Up with the Sea

Ukiyoto Publishing

Alle weltweiten Veröffentlichungsrechte liegen bei

Ukiyoto Publishing

Veröffentlicht im Jahr 2024

Inhalt Copyright © Nguyễn Đình Tâm

ISBN 9789360161101

Alle Rechte vorbehalten.

Kein Teil dieser Publikation darf ohne vorherige Genehmigung des Herausgebers in irgendeiner Form, sei es elektronisch, mechanisch, durch Fotokopie, Aufzeichnung oder auf andere Weise, vervielfältigt, übertragen oder in einem Datenbanksystem gespeichert werden. Die Urheberpersönlichkeitsrechte des Autors sind geltend gemacht worden. Dies ist ein Werk der Fiktion. Namen, Personen, Unternehmen, Orte, Ereignisse, Schauplätze und Begebenheiten sind entweder der Phantasie des Autors entsprungen oder werden fiktiv verwendet. Jede Ähnlichkeit mit tatsächlichen lebenden oder toten Personen oder tatsächlichen Ereignissen ist rein zufällig.

Dieses Buch wird unter der Bedingung verkauft, dass es ohne vorherige Zustimmung des Verlegers nicht verliehen, weiterverkauft, vermietet oder anderweitig in Umlauf gebracht werden darf, und zwar in keiner anderen Einbandform als der, in der es veröffentlicht wurde.

Dedication

Tác giả chân thành cảm ơn: Giáo sư, Tiến sĩ Lương Công Nhớ, nguyên Hiệu trưởng Trường ĐHHH Việt Nam; Phó Giáo sư, Tiến sĩ Lê Văn Điểm, Trưởng khoa, cùng Ban lãnh đạo và tập thể Giảng viên Khoa Máy tầu biển, đã đồng hành, giới thiệu tác phẩm đến với bạn đọc toàn cầu, để hiểu thêm một thế hệ thanh niên, học sinh, sinh viên Việt Nam nguyện hiến dâng tuổi thanh xuân cho Tổ Quốc thân yêu.

(Tác giả: Nhà thơ Nguyễn Đình Tâm)

Danksagung

Mein aufrichtiger Dank gilt Professor Dr. Luong Cong Nho, dem ehemaligen Rektor der Vietnamesischen Seefahrtsuniversität, dem Dekan, Professor Dr. Le Van Diem, sowie dem Vorstand und den Dozenten der Fakultät für Meerestechnik für ihre Begleitung und freundliche Hilfe bei der Einführung dieses Werkes, das den Lesern in aller Welt ein tiefes Verständnis für eine Generation vietnamesischer Studenten und Jugendlicher vermitteln soll, die bereit waren, ihre Jugend dem Schutz des geliebten Vaterlandes zu widmen.

(Autor: Dichter Nguyen Dinh Tam)

Inhalt

Lời Giới Thiệu	1
Die Einführung	3
Thức Với Biển	5
Aufwachen mit dem Meer	6
Mùa Chiến Dịch	7
Khúc Một	8
Saison der Kampagne	12
Abschnitt Eins	13
Khúc Hai	18
Zweiter Abschnitt	20
Khúc Ba	23
Dritter Abschnitt	26
Khúc Bốn	30
Vierter Abschnitt	31
Mở Luồng	33
Den Stream öffnen	39
Tri Ân	46
Khúc Một	47
Dankbarkeit	50
Abschnitt Eins	51
Khúc Hai	55

Zweiter Abschnitt	58
Khúc Ba	62
Dritter Abschnitt	66
Khúc Bốn	72
Vierter Abschnitt	74

Giọng Biển   76

Die Stimme des Meeres   81

Đội ngũ   88

Khúc Một   89

Kapitel fünf: Schwadron   91

Abschnitt Eins	92
Khúc Hai	95
Zweiter Abschnitt	99

Thức Với Biển – Ký Ức Của Người Trong Cuộc
                                                104

Aufwachen mit dem Meer - Poetische Erinnerungen eines Insiders   110

Thức Với Biển – Khúc Tráng Ca Thủy Thủ Tàu Có Số   117

Aufwachen mit dem See-Segler Großes Lied vom Schiff mit Nummer   126

Trường Ca: Thức Với Biển   137

Episch: Aufwachen mit dem Meer   145

Über den Autor 154

Lời Giới Thiệu

Trường ca "Thức với biển" đã đoạt giải Nhất cuộc thi sáng tác văn học do Hội Nhà văn Việt Nam và Bộ Giao thông vận tải tổ chức năm 2014-2015, nhân kỉ niệm 70 năm ngành Giao thông vận tải (GTVT). Nhận xét về tác phẩm này của tác giả Nguyễn Đình Tâm, nhà thơ Nguyễn Quang Thiều – Chủ tịch Hội nhà văn Việt Nam, viết:

"Thức với biển" của Nguyễn Đình Tâm là một trường ca với giọng thơ chắc khỏe, gân guốc tràn đầy xúc cảm trữ tình. Những chi tiết sống động của thời kháng chiến được đưa vào tác phẩm một cách hài hòa, vừa đủ dung lượng để bố cục nên một trường ca vâm váp. Năm chương của trường ca gắn bó chặt chẽ phục vụ cho chủ đề tổng thể. Nhiều đoạn thơ cảm động, nhiều câu thơ hay điểm xuyết trong nhiều chương đoạn, tạo ấn tượng mạnh cho người đọc..."

Khi đọc xong trường ca này, tôi đã bỏ phiếu giải Nhất. Điều quan trọng hơn, tôi đã được đọc một trường ca hay về một con đường đặc biệt trên biển trong chiến tranh. Và những gì ông viết về biển thật ấn tượng. Vì thế, cái dội lên trong tôi mạnh mẽ và ấn tượng nhất từ trường ca ấy là biển cả. Lúc đó, tôi cũng củng cố thêm cho cái nhìn của tôi về thơ ca là: đề tài chỉ là một cái cớ để thi sỹ dựng lên thi ca. Trường ca ấy đã để lại một "con đường" của những câu thơ giữa những lớp sóng bời bời và sự mênh mông của biển cả.

Die Einführung

*Das Epos "Wake up with the sea" (Wach auf mit dem Meer) wurde mit dem ersten Preis des Literaturwettbewerbs ausgezeichnet, den der vietnamesische Schriftstellerverband (VWA) und das Verkehrsministerium 2014-2015 anlässlich des 70-jährigen Jubiläums des Verkehrssektors veranstalteten. Zu diesem Epos von Nguyen Dinh Tam schrieb der Dichter Nguyen Quang Thieu - der Präsident des VWA - einen Kommentar:

"Wake up with the sea" von Nguyen Dinh Tam ist ein Epos mit einer starken, sehnigen poetischen Stimme voller lyrischer Emotionen. Die anschaulichen Details des Widerstandskrieges sind harmonisch in das Werk eingearbeitet, das gerade genug Kapazität hat, um ein gestelztes Epos zu schaffen. Die fünf Kapitel des Epos sind im Dienste des Gesamtthemas eng miteinander verbunden. Viele berührende Gedichte, viele gute Verse, die in vielen Kapiteln eingestreut sind, machen einen starken Eindruck auf den Leser..."

Als ich dieses Epos zu Ende gelesen hatte, wählte ich es für den ersten Preis. Vor allem aber las ich ein wunderschönes Gedicht über eine bestimmte Straße auf dem Meer während des Krieges. Und was er über das Meer schrieb, war beeindruckend. Daher war das Meer das, was in mir am stärksten und eindrucksvollsten von diesem Epos nachhallte.

Damals hat sich auch meine Auffassung von Poesie bestätigt: Das Thema war für den Dichter nur ein Vorwand, um zu dichten. Dieses Epos hat einen "Pfad" von Versen zwischen den ständig krachenden Wellen und der Unermesslichkeit des Meeres hinterlassen.

Thức Với Biển

(Trường ca)

Tri ân và dâng tặng
- Trường Đại học Hàng hải Việt Nam

- Cán bộ, sĩ quan, thuyền viên ngành Hàng hải Việt Nam

Khi chúng con gắn chiếc mỏ neo lên mũ
là bắt đầu đối mặt với bão táp phong ba
sóng nước thì gần, chân trời thì xa
biết đời mình thuộc về miền đam mê khao khát
để cùng hát theo lời biển hát
biết thương yêu nhau hết lòng
rồi học cách sải cánh vươn vai
khi con sóng vồng lên từ ngực biển
chiếc phao duy nhất của chúng con
là niềm tin và lòng quả cảm
Cánh hải âu tới làm bạn cùng mình

Aufwachen mit dem Meer
(Episch)

(Mein Dank und meine Hochachtung an die Vietnamesische Maritime Universität

-Kader, Offiziere und Besatzungsmitglieder der vietnamesischen maritimen Industrie.)

Wenn wir das Anker-Logo auf unsere Mützen setzen

Werden wir uns dem Sturm der Wut stellen

Die Wellen sind nah, der Horizont ist weit

Wissend, dass mein Leben zur Domäne der Leidenschaft und des Verlangens gehört

Lasst uns das Lied des Meeres mitsingen

Wissen, wie man einander von ganzem Herzen liebt

Lerne, wie man die Flügel ausbreitet und die Schultern streckt

Wenn die Welle sich aus der Brust des Meeres erhebt

Unser einziger Rettungsring

Es ist Glaube und Mut

Möwenflügel kommen, um mit uns befreundet zu sein.

Mùa Chiến Dịch

Khúc Một

Mùa đông một chín sáu tám
ta đến với nơi bắt đầu ngọn gió
nơi những con đường không có dấu chân
nơi mỗi chuyến ta qua không hằn dấu vết
sóng cùng ta âm thầm

Mật hiệu VT5
mùa chiến dịch rộn ràng mà lặng lẽ
ta ra đi không kịp về thăm mẹ
phía dưới là thủy lôi phong tỏa lạch luồng
phía trước rập rình tàu biệt kích
và máy bay quần đảo bầu trời

Những con tàu TL, VS, TK
những Giải phóng (GF) 01...03...37
đợi chờ như lửa cháy
chứa đầy hàng ghếch mũi hướng ra khơi

Bó hoa tươi ngày ấy thật hiếm hoi
ta đón nhận từ em
từ tay thủ trưởng
những bàn tay nồng ấm
nắm chặt và ôm nhau
gửi niềm tin trong từng ánh mắt

Pháo lệnh vút lên trời cao
tàu lần lượt nhổ neo
âm thầm lướt sóng
âm thầm vục sóng

cắt vĩ tuyến mà đi
lao dọc đường kinh tuyến
những bước sóng ân cần đưa tiễn
náo nức hướng chiến trường

Vừa chạm màn đêm
thủy lôi đã nổ
đuôi tàu bị hất lên
mũi vục chìm vào sóng
lại ngoi lên mà đi
vững tin và hy vọng
tàu dồi dọc rồi tàu lắc ngang
đứng không vững bám vội vào nắp máy
bàn tay bỏng rộp khét lẹt mùi da

sóng cứ dồn như rút ruột ra
nôn hết mật xanh
nôn hết mật vàng
đầu choáng
mắt hoa
quay cuồng trong sóng dữ

Hết ca, vào giấc ngủ

giấc ngủ lăn lóc
giấc ngủ chập chờn

tàu lắc quá thì nằm xuống sàn
buộc mình vào chân giường mà ngủ
con sóng tràn ướt đẫm giấc mơ

Tỉnh dậy lại thay phiên trực chiến

Băng qua thủy lôi
băng qua bãi chìm
một bữa không ăn
một ngày không ăn
xoong nồi đổ lăn xủng xoảng
ăn tạm mẩu lương khô
chỉ mong trời lâu sáng
canh ba đêm nay phải chuyển xong hàng

Những con sóng vồ vập mơn man
những con sóng nâng lên rồi quăng quật
biển sát hạch ta giữa tháng năm khốc liệt
lại cùng ta thức đợi trăng lên

Những con tàu cứ thế quay vòng
vạch bút chì nối căng hai tọa độ

là hành trình ta đến và đi
pháo địch phá mất đèn chập tiêu
thủy lôi chiếm hết luồng hết lạch

ta đi theo trí nhớ
lại dò thêm luồng mới ta đi
theo một mạch thẳng băng
theo những đường zích zắc
xuyên qua màn đêm chỉ là đôi mắt
mũi con tàu vạch sáng vệt lân tinh

Saison der Kampagne

Abschnitt Eins

Winter des Jahres
eintausendneunhundertachtundsechzig

kamen wir dorthin, wo der Wind begann

wo die Straßen keine Fußabdrücke hatten

wo jeder Weg, den wir passierten, keine Spuren hinterließ

Wellen mit uns lautlos

VT5 Geheimcode

Die Wahlkampfzeit war aufregend, aber ruhig

Wir reisten ab, ohne zurückzukehren, um unsere Mutter zu besuchen

Unten war die Torpedoblockade des Kanals

vor dem Kommandoschiff lauerten

und Flugzeuge bombardierten den Himmel

TL, VS, TK. Schiffe

diese Befreiung (GF) 01...03...37

warten gleiches Feuer

Gefüllt mit Waren, die Nasen dem Meer zugewandt

Frische Blumen an diesem Tag waren selten
Wir erhielten von dir
aus der Hand des Chefs
warme Hände
hielten sich fest und umarmten sich
Den Glauben in jedes Glitzern sendend

Das Kommando erhebt sich in den Himmel
Schiffe setzten einen Anker nach dem anderen
Surfen lautlos
Lautlos brechen die Wellen

Benutzten den parallelen Schnitt um zu gehen
entlang des Meridians zu rasen
Wellen Länge gnädigen Abschieds
aufgeregt auf das Schlachtfeld zusteuernd

Gerade berührte die Nacht
explodierte der Torpedo
Das Heck des Schiffes wurde hochgeschleudert
Der Bug des Schiffes versank in den Wellen
Aufgestanden und los
Glaube und Hoffnung

Das Schiff schwankte vertikal, dann schüttelte das Schiff horizontal
Unsicher klammerte ich mich an den Deckel
Verbrannte Hände mit brennendem Hautgeruch

Die Wellen rauschten wie ein Bauch heraus
alle grüne Galle erbrechend
Erbrechen aller gelben Galle
schwindelnder Kopf
geblendet sein
wirbelnd in den tobenden Wellen

Ende der Schicht, schlafen gegangen
wallender Schlaf
unruhiger Schlaf
Das Schiff schüttelte sich so sehr, dass ich auf dem Boden lag
mich am Fußende des Bettes festband und schlief
die überlaufenden Wellen durchnässten den Traum

Aufwachen und abwechselnd den Dienst antreten

Durch den Torpedo
überquerte ich den versunkenen Strand
eine Mahlzeit ohne zu essen
ein Tag ohne Essen
Töpfe und Pfannen umgeworfen
aß vorübergehend ein Stück Trockenfutter
Ich hoffte nur auf einen langen Morgen
Ich musste die Lieferung heute in der dritten Nachtwache beenden

Die krachenden Wellen
die Wellen stiegen und fielen
Das Meer der Prüfung uns in der Mitte des Mai war heftig
und gemeinsam warteten wir auf den Mondaufgang

Die Schiffe drehten sich einfach weiter
Bleistiftlinie, die zwei Koordinaten streckt

Es war die Reise, die wir kamen und gingen
zerstört von Invasoren Artillerie Kurzschlusslichter
Torpedos nahmen alle Kanäle und Buchten ein
wir folgten unserem Gedächtnis

Lasst uns wieder neue Ströme prüfen

entlang einer geraden Linie

entlang von Zickzacklinien

Durch die Nacht waren nur die Augen

Der Bug des Schiffes glänzte mit phosphoreszierenden Schlieren

Khúc Hai

Tôi đi qua quê mình mà không dừng lại
Hòn Ngư mờ trong đêm
giờ này chắc mẹ còn thao thức
bên ngọn đèn dầu bằng cổ chai con cắt
bóng mẹ chập chờn trên vách nứa con đan
Mẹ ơi! Con đây mà
con không dừng lại được
biển mịt mù sóng nước
con muốn kéo hồi còi thật vang
chào quê hương mà chẳng thể

chúng con phải khẩn trương đi
phải âm thầm lặng lẽ
xin con sóng tạo nên từ tàu con
vỗ về bờ với mẹ

Ngọn hải đăng trên vách đảo chớp hoài

Chân trần đi trên cát bên em
bình yên
chân trần chạy trên cát bên em
hổn hển
chạy thật nhanh để được đến nhìn
chạy thật nhanh để cùng chiêm ngưỡng

Đại tướng của chúng ta*
vầng trán mênh mông
thân yêu và giản dị
Người tươi cười mà mắt ta rưng rưng
Người dặn dò ân cần như cha mẹ
nguồn năng lượng tiếp thêm sức trẻ
chiến dịch đã bắt đầu

Dưới ánh đèn dù tôi ngoái nhìn rất lâu
bàn tay Người giơ vẫy
lộng lộng phù điêu trên cát trắng Quảng Bình

Đầu đông 1968 Đại tướng Võ Nguyên Giáp đã vào thăm, động viên các chiến sĩ GTVT tham gia chiến dịch VT5 và quân dân Quảng Bình tại bờ Bắc sông Gianh

Zweiter Abschnitt

Ich fuhr durch meine Heimatstadt ohne anzuhalten

Die Insel Ngu verschwand in der Nacht

Zu dieser Zeit musste meine Mutter wach sein

neben einer Öllampe mit dem Hals einer Flasche, die ich abgeschnitten hatte

Mutters Schatten flackert auf der Bambuswand, die ich gestrickt habe

"Mutti! Ich bin hier, Mama"

Ich konnte nicht aufhören

Das Meer war weit weg und dunkle Wasserwellen

Ich wollte die Hupe ganz laut betätigen

Hallo Heimat, aber ich konnte nicht

wir mussten schnell weg

und mussten still und leise sein

gab mir die Welle von meinem Schiff

und streichelte mit Mama das Ufer

Der Leuchtturm auf der Klippe der Insel flackerte für immer

Barfuß mit dir im Sand laufen

Friedlich

Barfuß laufen im Sand mit dir

Schnaufte

Lief schnell, um zu sehen

Lief schnell, damit wir zusammen nachdenken konnten

Unseren großen General*

riesige Stirn

schön und einfach

Die Person, die lächelte, aber meine Augen waren mit Tränen gefüllt

der rücksichtsvoll war und lehrte wie Eltern

Die Energiequelle zur Belebung der Jugend

Die Kampagne hatte begonnen

Unter den Lichtern, obwohl ich lange zurückblickte

Er hob die Hand und winkte

prächtige Reliefs auf dem weißen Sand von Quang Binh

*Im Frühwinter 1968 besuchte General Vo Nguyen Giap die Armee von Quang Binh und das Volk am Nordufer des Gianh-Flusses und ermutigte die Soldaten zur Teilnahme an der Kampagne VT5.

Khúc Ba

Không một cánh buồm
không một bóng thuyền nan
gió lặng quá
biển vắng quá
vắng đến lạnh người
cánh hải âu cũng vắng

Tọa độ chết trải dài
lặng lặng
giữa con tàu và đất liền
bom từ trường rập rình trong ma trận
ta gửi theo thủy triều
theo sóng
từng bao gạo thả trôi

ngàn bao gạo thả trôi
trôi qua cửa tử
những bao gạo bọc trong bao chống thấm
dập dềnh trôi về phía chờ mong

Chúng tôi thích ban ngày
nhìn trời xanh mây trắng
nhìn đàn cá chuồn bay trên sóng
nhìn chim hải âu đậu kín mạn tàu
nhưng chúng tôi cần bóng đêm

tắt hết đèn, âm thầm mà chạy
ta và địch chơi trò ú tim
đêm đêm pháo địch cầm canh

để ánh sáng lóe lên
là đạn bay dồn dập

Lấp lánh sao trời thao thức những niềm vui

Nắng đã ngủ suốt đêm
nắng cứ ngủ thêm ngày
để mưa thức cùng ta
ngăn tầm nhìn máy bay
ngăn tầm nhìn tàu địch
rộn ràng mùa chiến dịch
thêm chuyến hàng bình yên

những nét hải đồ vừa được tạo nên
chưa kịp thành đường mòn
địch đã đánh hơi
mật phục

ta lại tìm những đường đi mới
sóng cùng ta náo nức đồng hành

xin các các chị, các anh đón nhận những chuyến hàng này
chuyến hàng không ký nhận

Bất chợt ta hình dung
khi bao gạo cuối cùng được vớt
dẫu không phút gặp nhau
ta vẫn nhận ra ánh mắt nụ cười
hân hoan trên từng gương mặt
những bàn chân vục trên bờ cát
những bàn tay khỏa mềm sóng biếc bờ Gianh

Biển vẫn ngời xanh biếc đó anh
sóng vẫn xao lòng vỗ
vẫn lấp lánh trăng vàng
vẫn phập phồng ngực thở
sao nỡ gọi là vùng biển chết
biển có bao giờ chết được đâu anh **
Chiến dịch mùa đông
chiến dịch mùa xuân
chuyến cập bến rồi chuyến không cập bến
máu có đổ, hàng vẫn vào tiền phương đúng hẹn
những người con của biển
vẫn đi về trên sóng, dưới bom rơi

*** Ý thơ của Thanh Thảo "Có bao giờ đất chết đâu anh"*

Dritter Abschnitt

Nicht ein einziges Segel
Kein einziges Schattenboot
der Wind war so still
Das Meer war so leer
dass einem das Blut gefror, verlassen
Auch die Möwen waren menschenleer

Tote Koordinaten verbreiteten sich
Bleibt ruhig
zwischen Schiff und Land
Magnetische Bomben lauerten in der Matrix
wir schickten mit der Flut
folgten den Wellen
jeder Sack Reis schwimmt

Tausende von schwimmenden Reissäcken
gingen durch die Tür des Todes
Säcke mit Reis, eingewickelt in wasserdichte Säcke
treibend in Richtung des Wartens

Wir mochten die Tageszeit

schauten auf den blauen Himmel und die weißen Wolken

Sahen den fliegenden Fischen zu, die auf den Wellen flogen

schauten den Möwen zu, die auf der Seite des Schiffes hockten

aber wir brauchten die Dunkelheit

Wir schalteten alle Lichter aus und liefen leise.

Wir und die Eindringlinge spielten ein Spionagespiel

Jede Nacht schossen die Kanonen der Eindringlinge sporadisch

Denn das Licht scheint

Die Kugeln flogen im Schnellfeuer

Glitzernde Sterne am Himmel weckten die Freuden

Die Sonne hatte die ganze Nacht geschlafen

die Sonne schlief noch mehrere Tage weiter

Denn der Regen wachte mit uns auf

um die Sichtbarkeit des Flugzeugs zu verhindern

um die Sichtbarkeit des Schiffes der Invasoren zu verhindern

geschäftige Kampagnensaison
friedlichere Verschiffung

Nicht rechtzeitig, um eine Spur zu werden
Der Geruch der Eindringlinge
Heimlicher Hinterhalt

Wir haben neue Wege gefunden
Wellen die uns aufgeregt begleiten

Hey Schwestern und Brüder
nehmt diese Sendungen an
Diese Sendungen haben wir nicht unterschrieben, sondern nur erhalten

Plötzlich stellten wir uns vor
als der letzte Sack Reis abgeholt wurde
Auch wenn wir uns eine Minute lang nicht gesehen haben
konnte ich immer noch die lächelnden Augen sehen
Freude in jedem Gesicht
die Füße auf dem Sand
Die sanften Hände der Wellen an den Ufern des Gianh-Flusses

Das Meer war immer noch so blau, unser Freund
Die Wellen waren immer noch herzzerreißend
immer noch glitzernd mit goldenem Mond
immer noch wogend und atmend
Warum nennt man es totes Meer Region
Das Meer könnte niemals sterben, mein Lieber **

Winterkampagne

Frühlingskampagne

Es gab eine Lieferung, die angekommen war, aber es gab eine Lieferung, die nicht angekommen war

Selbst wenn Blut vergossen würde, würden die Waren noch rechtzeitig an der Front ankommen

Kinder des Meeres

Immer noch zurück auf den Wellen, unter den fallenden Bomben

**Basierend auf Thanh Thaos poetischer Idee "Das Land kann niemals sterben, meine Liebe".

Khúc Bốn

Đêm nén chặt ngọn đèn hạt đỗ
mùa đông ướt đầm trên những tấm lưng
những bao gạo oằn trên vai thoăn thoắt
chuyến hàng cuối mùa chiến dịch
náo nức suốt bờ Gianh

Một trăm ba mươi ngàn
một trăm năm mươi ngàn
một trăm bảy mươi ngàn tấn lương thực thuốc men

một triệu tấn xăng dầu
năm ngàn thùng đạn
năm mươi tư xe tăng cho *"Đường 9 - Nam Lào"*…
em ngồi cộng niềm vui theo từng phiếu nhận hàng
niềm vui tỏa quanh ngọn đèn hạt đỗ

Tuổi áo trắng mặc màu xanh cỏ
tóc đuôi sam tung tẩy hát câu thầm
ca nước vối em đưa vẫn còn nóng ấm
ta uống rồi để khát những nguồn sông…

Vierter Abschnitt

Die Nacht verdichtete die Erbsenlampe
Der Winter war nass auf den Rücken
Säcke mit Reis als Beleuchtung auf die Schulter geknickt
Die letzte Lieferung der Kampagne Saison
Aufgeregt an den Ufern des Gianh-Flusses

Einhundertdreißigtausend
einhundertfünfzigtausend
einhundertsiebzigtausend Tonnen Lebensmittel und Medikamente

eine Million Tonnen Petroleum
fünftausend Fässer Munition
vierundfünfzig Panzer für die *"Straße 9 - Südlaos"*...
Sie saßen, um jede Freude nach jeder Quittung zu erhöhen
Freude strahlte um die Erbsenlampe

Alter des weißen Hemdes, das grüne Farbe des Grases trägt
Zitternd geflochtenes Haar sang leise

Tasse Eugenia-Wasser gabst du mir noch warm
Ich trank es, dann sehnte ich mich nach Flüssen...

Mở Luồng

Tháng năm ấy bãi bờ bốc cháy
rừng phi lao không còn lá vẫy chào
đã bật dậy những mầm xanh muống biển
cơn mưa chiều bừng tím mùa hoa

Rời con thuyền giấy thả trôi trên giọt nước hiên nhà
những đứa con của phù sa lại về với biển
với sóng điệp trùng những hoài bão đam mê

Chúng tôi mỗi người một quê
mỗi người một giọng
Chinh, Đỗ, Sơn giọng Bắc
Hào, Thiện, Điệp giọng Nam
tôi gió Lào cát trắng

trẻ trung và cháy bỏng
từ mái trường của biển
đập cánh vào trời xanh
đậu lên từng con tàu
cưỡi trên từng lưng sóng
thảo thơm một tấm lòng
hòa thành khúc bè trầm của biển
niềm tin và hy vọng
nuôi nụ cười cho ta

Xin hát từ con tàu TK
khi chưa có phương tiện rà phá thủy lôi

khi chưa có phương tiện rà phá bom từ trường trên biển
tàu bạn, tàu ta bị chặn hết ngoài luồng

Thì ta cho tàu tăng tốc, lướt lên

Ý tưởng giản đơn
giải pháp giản đơn
phải dũng cảm và mạo hiểm
đè lên bom thù mà lướt
dù sự sống treo trên đầu sợi tóc
- "Ai tình nguyện trận đầu?"
hàng chục cánh tay nhất loạt giơ cao
- tôi
- để tôi
- xin để tôi đi...

bạn ra đi dúi vội chứng minh thư
" Tớ có việc gì... gửi giùm về cho mẹ"
chỉ một lần, chỉ một lần như thế
câu nói thầm chùng cả bờ vai
Chúng tôi truy điệu mình ở tuổi hai lăm
bước bình thản giữa trời xanh biếc

Không ai muốn tìm đến cái chết
không ai muốn bạn mình hy sinh

chúng tôi dành nhau ra đi
nhường cho nhau phần sống

Tuổi hai mươi, hai lăm như những lõi trầm
tự thơm và tự cháy

Nhằm thẳng bom thù mà tăng tốc
nhằm thẳng bom thù mà lướt
những tiếng nổ đinh tai nhức óc
rền vang...
những cột sóng tung lên
con tàu cũng tung lên
con người rơi tự do
thịt da vập vào sắt thép
tấy sưng và bầm dập
cắn răng mà đứng dậy
mà lê vào vị trí
tăng tốc
lướt lên...

Mũ bảo hộ vỡ rồi
ta bện mũ rơm
mũ rơm đập va êm hơn mũ nhựa
đoàn thủy thủ mũ rơm
thêm chở che của lúa
lại tăng tốc lướt lên
bom từ trường lại nổ...
những tiếng nổ gầm vang
như xé tung mặt biển
con sóng đứt nửa chừng chập lại vỗ về xa...

Sau dữ dội biển lặng yên đến lạ
nhìn vào nhau không tin nổi mắt mình.

bạn còn sống
và ta còn sống
lại ghì nhau thật chặt

nắm vai nhau lắc lắc
tay bạn thấm máu ta
tay ta thấm máu bạn
trên thân mình rách thịt tươm da
quệt vệt máu ngang môi
thấy vị mặn
quệt mồ hôi ngang trán
thấy vị mặn
vị của mình của biển khác gì nhau

lại ôm nhau như chẳng muốn rời ra
khi luồng đã mở

siết ghì nhau tưởng chừng nghẹt thở
nụ cười tươi theo vang tiếng còi tàu

Tàu tôi nhổ neo
tàu bạn nhổ neo
lại những ngày rà phá thủy lôi ác liệt
Khi chúng ta cười lên cái chết
sự sống được hồi sinh

Ta đã ra đi tìm được chính mình
giữa tam giác quỷ
bão tố - đạn bom - và sự đớn hèn
để trở về với mẹ
mẹ nhai trầu nếp trán thảnh thơi hơn

Den Stream öffnen

Im Mai stand der Strand in Flammen
Der Kasuarinenwald ohne Blätter wogte noch
Die grünen Sprossen des Meerwasserspinats wuchsen empor
Der Regen am Nachmittag färbte sich lila in der Blumenzeit

Das Papierboot trieb auf dem Wassertropfen auf der Veranda
Die Kinder des Schwemmlandes kehrten zum Meer zurück
Mit Wellen von Leidenschaft und Ehrgeiz

Jeder von uns hatte eine Heimatstadt
Jeder Akzent nach Region
Chinh, Do, Son mit nördlichem Akzent
Hao, Thien, Diep mit südlichem Akzent
Meine Heimatstadt war der weiße Sand im laotischen Wind

Jung und brennend
Vom Dach der Schule über dem Meer
Flatternde Flügel im blauen Himmel

Auf jedem Schiff sitzend
Auf dem Rücken der Wellen reitend
Duftend mit einem Herzen
Harmonieren mit den tiefen Tönen des Meeres
Glaube und Hoffnung
Lächelten für uns

Gesungen von dem TK-Schiff
Als es keine Möglichkeit gab, Minen zu räumen

Als es keine Möglichkeit gab, Magnetbomben auf See zu beseitigen
Das Schiff unseres Freundes, unser Schiff war aus dem Kanal blockiert

Dann beschleunigten wir das Schiff, glitten hinauf

Einfache Idee
einfache Lösung
war mutig und nahm Risiken auf sich
Zertrümmerten feindliche Bomben und surften
obwohl das Leben an einem dünnen Haar hing
- "Wer meldet sich freiwillig zur ersten Schlacht?"

Dutzende von Armen erhoben sich in einer Reihe
- I
- Lasst mich
- Lasst mich gehen...
Als Auserwählter steckst du mir schnell deinen Ausweis zu.
"Wenn ich nicht zurückkomme, schick ihn meiner Mutter."
Nur einmal, und nur einmal
Ein Flüstern, das deine Schultern erschlaffen ließ
Im Alter von fünfundzwanzig Jahren machten wir eine Gedenkfeier für uns
Ruhig im blauen Himmel spazieren

Keiner wollte sterben
Keiner wollte seinen Freund opfern

wir kämpften umeinander, um zu gehen
Wir überließen uns gegenseitig den Teil des Lebens
Zwanzig, fünfundzwanzig waren wie Basskerne
Selbst duftend und selbst brennend

Gezielt auf die Bomben des Feindes und beschleunigt

Geradewegs auf die Bomben des Feindes gerichtet und surfen

Ohrenbetäubende Explosionen

Widerhallend...

Wellen prallten auf

Auch das Schiff prallte ab

Menschlicher freier Fall

Fleisch und Haut treffen auf Eisen und Stahl

Schwellungen und Blutergüsse

Ich biss die Zähne zusammen und stand auf

Das schleppte sich in Position

Beschleunigt!

Aufgesurft...

Der Helm war kaputt

Wir haben einen Strohhut geflochten

Strohhüte haben einen leiseren Aufprall als Plastikhüte

Strohhut-Besatzung

Der Schutz des Strohhuts wurde hinzugefügt

Noch einmal beschleunigt

Magnetische Bombe explodierte wieder...

Dröhnende Explosionen

Als würde das Meer zerreißen

Die Welle brach auf halber Strecke und wogte dann zurück in die Ferne...

Nach dem Sturm war das Meer seltsam ruhig

Wir konnten unseren Augen nicht trauen, als wir uns ansahen

Du warst lebendig

Und ich war lebendig

hielten uns fest umschlungen

Wir schüttelten uns gegenseitig die Schultern

Deine Hände waren in meinem Blut getränkt

Meine Hände waren getränkt in deinem Blut

Ich hatte zerrissenes Fleisch an meinem Körper

Wischte das Blut über die Lippen

Schmeckte salzig

Wischte den Schweiß über die Stirn

Schmeckte salzig

Was war der Unterschied zwischen dem salzigen Geschmack meines Blutes und dem salzigen Geschmack des Meeres?

Sie umarmten sich, als wollten sie sich nicht loslassen

Als der Strom offen war

Sie drückten sich aneinander, als ob sie erstickten
Ein helles Lächeln hallte von der Schiffspfeife wider

Mein Schiff lichtete den Anker
Dein Schiff lichtete den Anker
Es war wie in den Tagen der heftigen Minenräumung
Als wir auf dem Tod ritten
Das Leben wird wiederbelebt

Ich ging, um mich selbst zu finden
In der Mitte des dämonischen Dreiecks
Sturm - Bomben - und Feigheit
Um zu meiner Mutter zurückzukehren
Meine Mutter kaute Betelnuss und ihre Stirn entspannte sich mehr

Tri Ân

Khúc Một

Dập dềnh nơi đây một khoảng đời mình
rập rình cái chết
nơi ta sống giữa yêu thương mãnh liệt
người với người dốc hết lòng nhau

Xin đừng bảo chúng tôi thô mộc
bởi đã quen "ăn sóng nói gió"
quen xưng hô tao mày
mà thật hơn "tôi bạn"

gặp nhau lại nhớ người xa vắng
thằng Hà trụ đảo đèn Long Châu
thằng Kim tàu phá lôi Tankit
thằng Tuyền đi mở luồng Đông Bắc
cứ nhắc tên là thấy chiến công
cứ nhắc tên là thấy ấm lòng
trong bão tố đạn bom thuở ấy
ta muốn dang tay ôm ghì tất thảy
hôn lên mái tóc còn vương mùi thuốc súng
hôn gương mặt người lấp lánh sóng xanh

Anh nhớ không anh
chiều ấy

khi về qua Bãi Lữ
tiếng phản lực rít lên
tàu TL52 bị bắn chìm
sáu thủy thủ hy sinh
hoàng hôn chết lặng
máu tứa ra đau thắt bầu trời
ta gào lên ngọn sóng
Huyên ơi !…

Ta ngụp lặn trong chiều tìm bạn
ta ngồi chong mắt vào đêm
nhìn sâu vào lòng biển
nơi con tàu bị bắn chìm
bạn đã neo vào khoảng lặng
chiếc ghi ta bạn chơi
bồng bềnh trên sóng
dây đàn rung thổn thức lòng ta

Anh nhớ không anh
chiều ấy
khi quay về cầu một
hai phản lực đuổi theo bổ nhào
tàu GF 28 bị nổ tung
sĩ quan lái đầu và tay chân bay lên cầu mười một
thuyền trưởng bị cắt đứt ngang thân
ba thợ máy xác tan bên bệ súng

bốn thủy thủ ruột trào khỏi bụng
những chiếc cáng vội vàng

bước chân người nháo nhác
ta nén nấc gom từng phần xác bạn
tay run run cứ chực khóc òa
tiếng còi tàu rời ga như thét
như hú lên tiếng thú cuối rừng
cảng Hải Phòng kéo vang những hồi còi vĩnh biệt
thủy thủ Ba Lan ngả mũ tiễn người về…

bao nhiêu nước mắt đầm đìa
bao nhiêu mây trắng bay về chịu tang

Anh nhớ không anh
những tên bạn, tên tàu
dọc cửa sông, cửa biển
những Nghĩa Hưng, Lạch Trường, Lạch Huyện
những Xuân Hải, Cửa Hội, Biện Sơn
những cảng Gianh, Bến Thủy, Hạ Long…
người ra đi chốt lại trang đời
êm đềm và dữ dội
neo tuổi mình vào tuổi biển triệu năm

Tôi là người may mắn hơn các anh
sóng dạt sang bờ sống
để đứng về phía biển
dâng những lời tri ân

Dankbarkeit

Abschnitt Eins

Ich stolpere hier für eine Zeit meines Lebens
Auf der Pirsch nach dem Tod
Wo wir inmitten einer intensiven Liebe lebten
Menschen und Menschen verschenkten ihre Herzen aneinander

"Bitte nenn uns nicht grob"
Denn er war es gewohnt, "Wellen zu essen und Wind zu reden"
Wir kannten uns und nannten uns du und ich
Das war realer als eine andere formelle Art

Als wir uns wieder trafen, vermissten wir die Person weit weg
Ha war die Lampeninsel Long Chau
Kim das Torpedoboot Tankit
Tuyen ging, um den Nordosten zu öffnen, den Strom zu öffnen
Ich nannte nur den Namen und sah den Sieg
Allein die Erinnerung an den Namen machte mein Herz warm

im Sturm der Kugeln und Bomben zu jener Zeit
Ich wollte euch alle umarmen
Das Haar küssen, das noch nach Schießpulver riecht
Das Gesicht der Person küssen, die mit blauen Wellen funkelte

Erinnerst du dich
an jenen Nachmittag

Bei der Rückkehr nach Lu Beach
Das Geräusch des kreischenden Jets
Das Schiff TL52 war gesunken
Sechs Matrosen starben
Die Trauer des Sonnenuntergangs verblüffte
Blut strömte schmerzhaft in den Himmel
Ich schrie über die Wellen hinweg
Hey Huyen!...

Ich tauchte am Nachmittag, um dich zu suchen
Ich saß und beobachtete die ganze Nacht
und schaute tief ins Meer hinein
wo das Schiff durch feindliches Feuer gesunken war

Du hast in der Stille geankert
Die Gitarre, die du gespielt hast
Schwebte auf den Wellen
Die vibrierenden Saiten erweckten mein Herz

Hast du dich erinnert
an jenen Nachmittag
als wir auf dem Rückweg zu Brücke eins
zwei Jets jagten uns und tauchten ab
GF 28 Schiff wurde in die Luft gesprengt
Der Kopf und die Gliedmaßen des Offiziers wurden auf die elfte Brücke geschleudert.
Der Kapitän wurde quer über den Körper geschnitten
Drei Mechaniker wurden direkt neben dem Geschützpodest zerstückelt

Die Eingeweide von vier Matrosen quollen aus dem Unterleib
Die Bahren in Eile
Die Schritte der Menschen waren chaotisch
Ich sammelte jeden Teil deines Körpers ein
Meine Hände zitterten, ich war kurz davor zu weinen
Das Geräusch des Schiffes pfiff, verließ die Station wie ein Schrei

Wie heulende Bestien am Ende des Waldes

Im Hafen von Hai Phong ertönten die Abschiedspfeifen

Polnische Matrosen zogen ihre Hüte ab, um sie zu sehen ....

Wie viele Tränen flossen?

Wie viele weiße Wolken flogen zurück, um zu trauern?

Hast du dich erinnert

Namen von Freunden, Schiffsnamen

Entlang der Flussmündung, der Meeresmündung

Nghia Hung, Lach Truong, Lach Huyen

Xuan Hai, Cua Hoi, Bien Son

Häfen von Gianh, Ben Thuy, Ha Long...

Menschen, die die Seite des Lebens geschlossen haben

Ruhig und intensiv

Verankere mein Alter mit dem Alter des Meeres von Millionen von Jahren

Ich hätte mehr Glück als ihr

Wellen, die an Land gespült werden, um zu leben

Um am Meer zu stehen

Worte der Dankbarkeit anzubieten

Khúc Hai

Ta nhớ không quên cơn bão số 5
bão cấp mười hai
trời tối sầm
biển rung chớp giật
bão đổ về nhanh hơn dự báo
không còn nhìn thấy gì phía trước
không còn thấy gì phía sau
sóng chồm lên nuốt chửng con tàu
kim la bàn quay không định hướng
từ trường như đang đổi chiều
trái đất như đang đổi cực

mưa gió nổi lôi đình
trút vào con tàu đơn độc
cần cẩu đứt dây đập thủng boong tàu
thuyền cứu sinh bay vù xuống biển
tiếng va đập ầm ầm như búa nện
tàu dần nghiêng hết thế cân bằng
ta vật lộn suốt đêm giữa sóng đen hung dữ
nơi không thể tìm ra một mảnh đất nào để bám
ta chỉ còn nối chặt tay nhau
sóng dạt vào vách đảo
người ướt sũng rét run, tái nhợt
nhìn vào nhau thương bạn, thương mình
thất thểu tìm hang

nhặt cỏ, nhặt cành
nhóm hơi ấm hong quần hong áo
ngọn lửa đêm huyền ảo
múa quanh những cành khô
bạn thiếp đi trong ánh lửa ảo mờ
ta ngồi chất thêm cành thêm cỏ
khoảng cách giữa ta và lửa
là bập bùng bóng mẹ đêm đêm
là bập bùng nhớ nhớ quên quên
những vần thơ
ta nhẩm trên sóng

ta viết sau trận bom
ta viết khi thoát khỏi sự bủa vây của tàu biệt kích

ta viết khi gặp em giữa mùa chiến dịch
trôi trên sông một bóng chim trời

rồi cơn bão cuối chiều cuốn hết
đồ đạc áo quần không tiếc
tiếc ngẩn ngơ những trang viết không còn

Mẹ ơi
biển đã tái sinh con
trong đêm cuồng phong, trở dạ
sau cơn bão này con lớn lên hơn
có lúc con chỉ nghĩ giản đơn
sức lực mình tháng năm quá tải
đâu biết mẹ trở mình hoài trong đêm

giữa đồng quê ta mùa khát khô, mùa lũ
vun một luống khoai bom đạn cày lên phải trồng lại mấy lần
nghĩ về chúng con
vầng trán mẹ chưa lúc nào lặng sóng
lo đứa ở chiến trường
lo đứa nơi phía biển
mẹ quá tải về tinh thần
con nhiều
còn lớn lao hơn

Bàn tay ai đánh luống sóng vồng lên
cho biển sáng nay trải cánh đồng vô tận
đàn hải âu miệt mài sải cánh
đã nhú lên những cánh buồm

Zweiter Abschnitt

Ich vergesse den Sturm der fünften Klasse nicht

Sturm in der zwölften Klasse

Es war dunkel

Das Meer bebte und blitzte

Der Sturm zog schneller heran als erwartet

Ich konnte nichts vor mir sehen

Ich konnte nichts dahinter sehen

Die Wellen wogten und verschluckten das Schiff

Die Kompassnadel war nicht ausgerichtet

Das Magnetfeld schien die Richtung zu ändern

Die Erde schien ihre Polarität zu ändern

Stürmischer Wind und Regen

Gossen auf das einsame Schiff

Der Kran riss das Seil und brach durch das Deck

Das Rettungsboot flog ins Meer

Das Geräusch eines Schlags wie ein Hammer

Das Schiff kippte langsam aus dem Gleichgewicht

Ich kämpfte mich durch die Nacht inmitten der grausamen schwarzen Wellen

Wo kein Stückchen Boden zu finden war, an dem wir uns festhalten konnten

Wir mussten nur die Hände zusammenhalten

Die Wellen schwemmten an die Inselwand

Durchnässt, kalt, zitternd, blass

Wir sahen uns an, liebten dich, liebten mich

Wir haben die Höhle nicht gefunden

Pflückten Gras, sammelten Äste

Machten ein Feuer um Kleidung zu trocknen

Magisches Nachtfeuer

Wie ein Tanz um trockene Äste

Du schliefst in dem schummrigen Feuer ein

Wir saßen und stapelten mehr Äste und Gras

Der Abstand zwischen mir und dem Feuer

War der flackernde Schatten der Mutter in der Nacht

Er flackerte, erinnerte, vergaß, vergaß

Gedichte

Ich dachte an die Welle

Ich schrieb nach der Bombenschlacht

Ich schrieb, als ich der Belagerung der Kommandoschiffe entkam

Ich schrieb, als ich dich mitten im Feldzug traf
Auf dem Fluss treibend ein Himmelsvogelschatten

Dann spülte der Sturm am späten Nachmittag alles weg
Möbel, Kleidung, kein Bedauern

Ich war traurig, die Seiten nicht mehr geschrieben zu sehen

Mami
Das Meer hatte dich geboren
In der stürmischen Nacht, in den Wehen
Nach diesem Sturm wurde ich erwachsen
Manchmal dachte ich, es sei einfach
Meine Kräfte waren mit der Zeit überlastet
Ich wusste nicht, dass meine Mutter sich nachts ständig Sorgen machte

Mitten auf dem Land, in der Trockenzeit und in der Hochwasserzeit
pflanzte ein Kartoffelbeet an, dann pflügte eine Bombe es um, wie oft war es neu bepflanzt worden
Dachte an uns

Die Stirn der Mutter war nie ruhig
Sorgte sich um die Kinder auf dem Schlachtfeld
Besorgt um das Kind am Meer
Geistig überlastete Mutter
Mehr
Sie war noch größer

Wessen Hand schlug auf die Wellen
Mit dem Meer heute Morgen das endlose Feld
Möwenschwärme breiteten ihre Flügel aus
Die Segel gehisst

Khúc Ba

"Ai hát về rừng cây"
tôi hát về con người
người thuyền trưởng phá lôi trên mặt biển

Uyển!
sau bao năm bệnh tật triền miên
đã trở về với đất

Uyển
người dẫn đội tàu phá lôi Lê Mã Lương
khai thông luồng suốt chiều dài miền Bắc
khi tờ lịch bóc hết mùa đông

quả thủy lôi cuối cùng bị phá
biển cả đã trong lành
luồng lạch đã thông suốt

thì quả bí cuối cùng cũng hết
can nước mắm cuối cùng cạn kiệt
năm con tàu cơm muối bữa tất niên
những người con chiến thắng trở về
trò chuyện râm ran
bỗng lặng im như đất
lòng dâng nỗi nhớ nhà
nhớ nồi bánh chưng chiều ba mươi tết

tàu đi qua quê mà không về được
anh biết lòng thủy thủ chênh chao

anh là thuyền trưởng
anh là trưởng đoàn
nhìn anh em thấy thương
lệnh cho tàu ghé vào bờ đổi hai bao gạo ướt
lấy ít rau ít thịt
(hai bao gạo thấm nước vừa vớt được
trôi lạc đường kẹt giữa bãi thủy lôi)

hạnh phúc nào của anh
hạnh phúc nào của tôi
hạnh phúc giản đơn
ta có được
khi tất cả trở về bình an
khi đồng đội hân hoan
ăn bữa cơm đầu năm không độn ngô lại có rau có thịt
nhìn nhau cười lành như đất, như cây

Niềm vui về bờ chưa ấm hết vòng tay
anh được gọi lên
gặp bão
-"Anh có biết dùng gạo ấy là vi phạm kỉ luật chiến trường?
là ảnh hưởng máu xương ngoài mặt trận?"

Anh ngồi viết kiểm điểm
đơn giản như nghĩ suy
thật thà như bản chất

không lời phân bua
sẵn sàng chịu kỉ luật
mệnh lệnh có thể sai
trái tim thì đúng
bình thản như cánh hải âu

khoát giữa trời xanh biển rộng
vẫn thảnh thơi như sau khi phá xong những quả bom từ trường
như đã nhìn anh em ăn bữa cơm có thịt có rau đầu năm mới
đồng đội thương anh, thanh minh
đồng đội thương anh, bất lực

hồ sơ phong anh hùng đặt trên bàn thi đua gấp lại
anh trở thành tội đồ

tội đồ và anh hùng cách nhau một lời phán

thương anh năm tháng hạn
ở biển thì nổi
về đất lại chìm
anh như khắc tinh của bom từ trường
bom ẩn nơi đâu anh tìm tới đó
anh đến là bom nổ

lực hút là anh, sức đẩy cũng là anh

cá thể có thể quên
những người hụt hơi trong cuộc chiến thì quên
tập thể có người quên người nhớ
nhưng Tổ quốc không quên
biển thì vẫn nhớ
người anh hùng
dẫu không danh hiệu tôn vinh

nhớ Uyển
đất lại bồi thêm những hạt phù sa
nhớ Uyển
biển lại thêm con sóng vỗ

có lời vang trong gió
chưa mặn sóng xin đừng nhân danh biển
mới biết luống cày sao hiểu hết đất đai

Bao con người ra đi không có tượng đài
bao con người chỉ còn trong kí ức
không dòng tên khắc lên bia trang trọng
họ đã sống rạng ngời nhân cách sống
âm thầm làm nên đất nước
Việt Nam ơi!

Dritter Abschnitt

"Wer singt über den Wald"
Ich singe über Menschen
Der Kapitän zerbrach den Torpedo auf dem Meer

Uyen!
Nach Jahren der chronischen Krankheit
Für immer verschwunden und zurück auf der Erde

Uyen
Anführer der Torpedobootsflotte Le Ma Luong
Räumt den Strom durch den ganzen Norden
Als der Kalender den Winter abschüttelte

Der letzte Torpedo wurde zerstört
Die See war klar
Der Bach war klar
Der letzte Kürbis ging zur Neige
Die letzte Dose Fischsauce ging zur Neige
Fünf Schiffe mit Salzreis für das Jahresendessen
Die siegreichen Kinder kehrten zurück

Nguyễn Đình Tâm

Zirpendes Geplapper

Plötzlich so still wie die Erde

Nostalgie in meinem Herzen

Erinnerte mich an den Topf "Banh Chung" am Nachmittag des dreißigsten Jahres

Das Schiff fuhr durch die Heimat, konnte aber nicht zurückkehren, um sie zu besuchen

Ich wusste, dass das Herz des Matrosen flatterte

Er war der Kapitän

Er war der Anführer der Mannschaft

Er sah seine Kameraden mit Mitleid an

Er befahl dem Schiff, an Land zu gehen, um zwei Säcke nassen Reis zu tauschen

Im Austausch für etwas Gemüse und ein wenig Fleisch

(Zwei Säcke mit in Wasser eingeweichtem Reis wurden abgeholt

Verirrten sich inmitten des Minenfeldes)

Welches Glück war deines?

Welches war mein Glück?

einfaches Glück

das wir hatten

als wir alle in Sicherheit nach Hause kamen

Als die Kameraden glücklich waren

Sie aßen die erste Mahlzeit des Jahres ohne Maisfüllung und hatten Gemüse mit Fleisch

Sahen einander an und lächelten wie die Erde, wie der Baum

Die Freude über die Rückkehr an die Küste hatte noch nicht alle meine Arme erwärmt

Er wurde herbeigerufen

Er traf den Sturm

"Wisst ihr, dass die Verwendung dieses Reises eine Verletzung der Schlachtfelddisziplin darstellt?

eine Beeinflussung des Schlachtfeldes durch Blut und Blut?"

Er setzte sich hin, um den Bericht zu schreiben

So einfach wie das Denken

So ehrlich wie die Natur

Keine Ausreden

Bereit, diszipliniert zu werden

Die Befehle könnten falsch sein

Das Herz war richtig

So ruhig wie Möwen

Zwischen dem blauen Himmel und dem weiten Meer

Immer noch so entspannt wie nach der Entschärfung der Magnetbomben

Wie ein Essen mit Fleisch und Gemüse zu Beginn des neuen Jahres

Die Kameraden liebten dich, verteidigten dich

Die Kameraden liebten dich, hilflos

Das Dossier für die Verleihung eines Helden, das auf dem Tisch für die Prüfung des Wettbewerbs lag, wurde gefaltet

Du wurdest ein Sünder

Sünder und Helden wurden durch einen Satz getrennt

Man liebte dich für die Zeit des Unglücks

Im Meer triebst du

Zurück zur Erde sankst du

Du warst wie das Kryptonit einer magnetischen Bombe

Wenn die Bombe irgendwo versteckt war, würdest du sie dort finden

Wenn du kamst, würde die Bombe explodieren

Die Anziehung warst du, die Abstoßung warst auch du

Der Einzelne konnte vergessen

Diejenigen, die tapfer im Krieg kämpften, erinnerten sich nicht an sie

Es gab Menschen, die vergaßen und die sich erinnerten

Doch das Vaterland vergisst nicht

Das Meer erinnert sich noch

An den Helden

Obwohl es keinen Ehrentitel gab

Uyen

Der Boden war mit Schwemmgut gefüllt

Uyen

Das Meer hatte mehr Wellen, die krachten

Es gibt Echos im Wind

Nicht salzig, bitte benutze nicht den Namen des Meeres

Ich kenne nur die Furche, wie kann ich das Land verstehen?

Wie viele Menschen haben sich geopfert, ohne dass ein Denkmal an sie erinnert

Wie viele Menschen sind nur in unserem Gedächtnis

Kein Namensschild, das man auf der ehrwürdigen Stele eingravieren könnte

sie haben ein strahlendes Leben gelebt

im Stillen das Land aufgebaut

Oh Vietnam!

Khúc Bốn

Xin đừng đặt lên cân tiểu ly thành tích của bạn tôi
có ai đòi hỏi nhu cầu
có ai mưu toan danh lợi
bạn tôi chỉ biết phá hết thủy lôi
bạn tôi chỉ mong sao đưa hàng tới đích
bạn tôi mong hết mùa chiến dịch
về thăm lại mẹ mình

đơn giản thế mà sao chẳng được
đứng xếp hàng trong nỗi nhớ điểm danh
thuyền trưởng Tùng, Vàng, Đảnh, Huyên
thuyền phó Hải, Loát, Hùng, Minh, Thiện
thủy thủ Vọng, Hương, Nga, Minh, Chiến…

tên nối dài theo những nén tâm nhang
tên nổi chìm trong tiếng biển âm vang
cứ thao thức đập vào vách đá
mấy chục con tàu đã nằm sâu lặng lẽ
vầng trăng cuối trời thương nhớ gửi về đâu

Những con sóng gối nhau
không bắt đầu từ gió
âm thầm dâng
âm thầm vỗ
thành êm đềm sông

thành biển dạt dào
Đồng đội tôi - những người ít nói
chỉ lặng thầm
chỉ mải miết xanh
họ đã sống cùng tháng năm đất nước
thổi hồn mình vào bốn ngàn năm

Những trái tim đập giữa sóng biếc xanh
làm xao động những bãi bờ dào dạt
Thấu những gì mặn chát
thương những gì khao khát
biển miệt mài chưng cất những cơn mưa

Vierter Abschnitt

Legen Sie die Leistungen meines Freundes nicht auf die Schmuckwaage

Niemand hat um etwas gebeten

Keiner hat nach Profit gestrebt

Mein Freund wusste nur, wie man alle Torpedos zerstört

Mein Freund wollte nur die Ware ans Ziel bringen

Mein Freund freute sich auf das Ende der Wahlkampfsaison

Um seine Mutter wieder zu besuchen

Es war so einfach, warum konnte es nicht sein?

In der Schlange stehen in Nostalgie für die Anwesenheit

Hauptmann Tung, Vang, Danh, Huyen

Vizekapitän Hai, Loat, Hung, Minh, Thien

Matrosen Vong, Huong, Nga, Minh, Chien...

Der Name reicht bis zu den Erinnerungen

Der Name ist berühmt und der Name ertrinkt im Echo des Meeres

Bleibt wach und stößt an die Klippe

Dutzende von Schiffen liegen tief unten und schweigen

Wohin schickt der letzte Mond vom Himmel seine Zuneigung?

Die Wellen überlagern sich

Geht nicht vom Winde aus

Leise überfließend

Stilles Plätschern

Zu einem friedlichen Fluss

Wird ein reiches Meer

Meine Teamkollegen - die, die nicht redeten

Die einfach schwiegen

Nur grün

Sie lebten mit der Landzeit

Atmen ihre Seelen in viertausend Jahre Geschichte

Die Herzen schlagen in den blauen Wellen

Stören die üppigen Gestade

Verstehe, was salzig ist

Liebe, was du begehrst

Das Meer arbeitet hart an der Destillation des Regens

Giọng Biển

Những đứa con của gừng cay
tìm về muối mặn
vung sải tay đo chiều dài trên sóng
đặt bước chân in dấu chủ quyền
nương tiếng sóng cất lên giọng biển
tiếng ghi ta bập bùng
tiếng ghi ta trầm hùng
gợi bao nhiêu gương mặt
gợi bao mùa chiến dịch
có người khuất lại hiện về trên sóng
có người còn nhòa nhạt tựa hơi bay
tiếng hòa gam mê say
tiếng từng giây thổn thức
bập bùng còn mất những ngày qua

Ta hát lời khơi xa
có cánh chim chứa đầy dông bão
ta hát lời hải đảo
ngọn hải đăng thao thức đợi chờ

Ta về lại ngày xưa
nhẩm câu thơ cát ướt
biển lặng sóng trong từng vỏ ốc
bàn chân ai đánh thức dấu chân mình

Có tiếng cười rung rinh
giữa triền hoa muống biển

chợt tóc em cài tím
bàn tay ấm nắng chiều

Em cứ hát đi lời của thương yêu
em hát đi lời sóng ru bờ cát
em hát đi lời mênh mông dào dạt
câu ví nào theo muôn dặm cùng ta

Trước biển
tôi viết lời trần tình
chúng tôi đã sống ra sao
chúng tôi cười lên cái chết như thế nào
trên từng biên độ sóng
trong bão tố, đạn bom
lòng không dao động
không phút giây hổ thẹn
trước cao rộng bao la
trước linh hồn bè bạn
trước nhân dân
trước Tổ quốc mình

Trước biển
tôi viết lời ân tình
biển có trong tôi vị mặn lúc chào đời
tiếng sóng trộn vào giấc ngủ
cánh buồm căng đầy ngực thở
cho tôi hiểu mặn chát
cho tôi những trong lành
cho tay tôi khoát mềm lên vai sóng

để chân mình chân sóng chạm vào nhau
niềm vui gối buồn đau
niềm tin và lẽ sống
biển trong tôi cả những ngày biển động
bàn chân trần vục trong cát chờ cha
có tiếng gì vang vọng rất xa
mùi cá nướng thơm đẫm kí ức
lặng lẽ ánh đèn khuya câu mực
tiếng ai rao thương văn chợ chiều
tôi thao thức
cùng mẹ tôi thao thức
tóc bạc phơ trước biển tự bao giờ

Bạn thân yêu
giờ ở nơi đâu

ta đã sống bằng sức bền nào những năm tháng ấy
những năm tháng khoa học không thể chứng minh
sức chịu đựng của con người vượt quá giới hạn là có thật

những năm tháng tôi là ta
là chúng ta
là dân tộc

những năm tháng khoảng cách biển không đo bằng hải lý
đo bằng nỗi nhớ

niềm vui
và mất mát hy sinh

những năm tháng viết một câu thơ màu sim ngỡ là lỗi nhịp
ta hòa trong sắc phượng rợp trời

những năm tháng đường ngắn nhất không còn là đường thẳng
mọi tuyến đường kẻ thù ngăn chặn
con đường nào đã đi tới thành công

Cánh buồm nào gom gió những dòng sông
khóm tre nào bên nhau làm nên thành lũy
những quan niệm về nhân sinh thẩm mỹ
năm tháng này có khác mai sau?

Mai sau… mai sau… khúc hát những con tàu
có giai điệu nào lọt vào miền giao hưởng
xin cho được phút giây kiêu hãnh
về một thời biển cả
một thời tôi

Die Stimme des Meeres

Kinder von würzigem Ingwer

Kehrten mit salzigem Salz zurück

Brandish Arm Länge gemessen die Länge auf der Welle

Setzte einen Schritt mit Souveränität geprägt

Lehnen sich an den Klang der Wellen, um die Stimme des Meeres zu erheben

Der Klang der flackernden Gitarren

Der Klang der Gitarren stark und bewegend

rief viele Gesichter hervor

Evozierte viele Wahlkampfzeiten

Jemand, der gestorben ist, ist auf den Wellen zurückgekehrt

Manche Menschen verblassten sogar wie ein Dunst

Harmonie Klang Leidenschaft

Der Klang einer jeden Saite schluchzend

Flackernd noch lebendig tot die letzten Tage

Ich singe die Worte vor der Küste

Es sind Vogelschwingen voller Stürme

Ich singe die Worte Insel

Leuchtturm Unruhe wartet

Ich kehrte zu den alten Tagen zurück
Rezitierte Verse aus nassem Sand
Das Meer war wellenruhig in jeder Muschel
Wessen Füße weckten ihre Fußspuren?
Mit Kichern

Zwischen dem Meer der Morgenlilienblumen
Plötzlich war dein Haar lila
Warme Hände in der Nachmittagssonne

Du singst die Worte der Liebe
Du singst die Worte der Wellen, die Sandbank wiegen
Du singst die Worte immensen Überflusses
Welche Volkslieder folgen sehr weit weg mit mir?

Vor dem Meer
schrieb ich, um deutlich zu machen

Wie haben wir gelebt?
Wie ritten wir den Tod?
Auf jeder Wellenamplitude
Im Sturm, Bombenkugeln

Das Herz winkt nicht
Keine Momente der Scham
Die Front war groß, hoch und weit, grenzenlos

Vor den Seelen der Freunde
Vor dem Volk
Vor meinem Vaterland

Vor dem Meer
schrieb ich guten Willen
Das Meer hatte einen salzigen Geschmack in mir, als ich geboren wurde
Das Rauschen der Wellen mischte sich in den Schlaf
Das Segel war voll von Brustatem
Lass mich den salzigen Geschmack verstehen
Gab mir das Reine
Lass meine Hand auf der Schulter der Welle ruhen
Lass meine Füße und die Wellen sich berühren
Glückskissen Traurigkeit
Glaube und Lebensart

Das Meer in mir, selbst an rauen Seetagen
Mit nackten Füßen im Sand auf den Vater wartend

Da war ein Geräusch, das weithin zurückhallte

der Geruch von gegrilltem Fisch duftende Erinnerungen

Leise fischte das Nachtlicht Tintenfische

Dessen Stimme über dem Nachmittagsmarkt so süß war

Ich wachte auf

Und meine Mutter wurde geweckt

Weißes Haar vor dem Meer immer

Lieber Freund

wo bist du jetzt?

Ich habe mit Kraft gelebt, doch diese Zeit

Die Zeit, in der die Wissenschaft nicht beweisen konnte

Die menschliche Ausdauer jenseits der Grenze war real

Diese Zeit, ich war ich

und auch wir zu sein

die Nation zu sein

Jene Zeit, in der die Entfernung zur See nicht in Seemeilen gemessen wurde

Gemessen an Nostalgie

Gemessen durch Glück

Und opferreichen Verlusten

Damals, als ich ein Gedicht mit Veilchen schrieb und dachte, es sei der falsche Rhythmus

Ich bekam Harmonie mit dem flamboyanten Schatten

Damals war der kürzeste Weg nicht mehr eine gerade Linie

Alle Wege Feinde verhindern

Dieser Weg war zum Erfolg gegangen

Welches Segel sammelte die Winde der Flüsse?

Welches Bambusbündel bildete einen Schutzwall?

Vorstellungen über die Ästhetik des menschlichen Lebens

War diese Zeit anders als die Zukunft?

Zukunft... Zukunft... das Lied der Schiffe

Gibt es eine Melodie, die den Bereich der Sinfonie betritt?

Möchte ein Moment stolz sein
Mit einer Zeit des Meeres
Eine Zeit ich

Đội ngũ

Khúc Một

Giữa căng phồng ngực biển
nhấp nhô những con tàu
năm mươi ngàn
bảy mươi ngàn
một trăm ngàn tấn
Tổ quốc ngời trên sắc cờ đỏ thắm
lồng lộng giữa trời xanh
phần phật bay trên từng hải cảng
Nagoya - Busan – Singapore – Hongkong
Dubai – Tanger Met – Marseille

Hamburg – Rotterdam – Los Angeles…
bước nhảy vọt của những con tàu GF, TL, VS
qua những đại dương

Ta đã đi qua suốt những chặng đường
hiện thực hóa giấc mơ thời trai trẻ
bao biển lớn và chân trời mới mẻ
bè bạn năm châu thân thiện mở vòng tay
bao miền đất hứa mê say
chốn phồn hoa gợi bao lời hẹn ước
vẫn không làm ta quên được
cánh cò xa đập nhịp đời mình

Bầu trời căng nửa bán cầu trên
vầng hào quang huyền ảo

ta mải mê băng qua miền xích đạo
ngấn phù sa còn đọng lại thân tàu
Biển vẫn đầy
biển chẳng vơi đâu
vẫn mải miết quay
ôm tròn lấy đất
không tràn ra
không một giọt rời ra

thương ai ở tận non xa
đi hoài mà không tới biển
thương ai cách biển một tầm nhìn
mà suốt đời chỉ nghe sóng vỗ
mà chỉ nghe biển thở
trong bồi hồi nhịp đập của đất đai

có theo hết sông dài
mới đằm mình vào biển rộng
mới hiểu hết vị mặn
mới thấm thía ngọt ngào

Ta nhỏ bé
ta lớn dần trước biển
càng thấy biển mênh mông
biển rộng lớn nhường nào
như ta lớn trong vòng tay của mẹ
mới thấy mẹ mình vĩ đại biết bao

Kapitel fünf: Schwadron

Abschnitt Eins

Inmitten der anschwellenden Brust des Meeres

Schwankende Schiffe

Fünfzigtausend

Siebzigtausend

Einhunderttausend Tonnen

Das Land leuchtet auf der karminroten Flagge

In der Mitte des blauen Himmels

Über jedem Hafen schwebend

Nagoya - Busan - Singapur - Hongkong

Dubai - Tanger Met - Marseille

Hamburg - Rotterdam - Los Angeles...

Sprung der Schiffe GF, TL, VS

Über die Weltmeere

Ich bin durch alle Wege gegangen

Habe meinen Kindheitstraum wahr gemacht

Großer Ozean und neue Horizonte

Freundliche Freunde aus fünf Kontinenten öffneten ihre Arme

So viele leidenschaftlich gelobte Länder

Ein wohlhabender Ort, der viele Versprechen hervorrief

Konnte uns trotzdem nicht vergessen lassen

Der ferne Storch schlug den Rhythmus meines Lebens

Der Himmel spannte sich über die obere Hemisphäre

Magischer Heiligenschein

Wir waren vertieft in die Überquerung des Äquators

Schlick blieb auf dem Schiffsrumpf

Das Meer ist immer noch voll

Das Meer ist nie leer

Immer noch in Bewegung

Umarmt die Erde

Es läuft nicht über

Nicht ein einziger Tropfen kommt heraus

Liebe jemanden weit weg

Geh für immer, ohne ans Meer zu gehen

Liebe jemanden mit Blick auf das Meer

Aber mein ganzes Leben höre ich nur den Wellen zu

Aber höre nur auf das Atmen des Meeres
Im Pulsieren des Landes
Folge dem langen Fluss
Nur eingetaucht in das weite Meer
Ich verstehe nur den salzigen Geschmack
Frisch und süß

Ich bin klein
Wir wachsen vor dem Meer heran
Je mehr ich das große Meer sehe
Wie groß ist das Meer?
Als wäre ich in den Armen meiner Mutter aufgewachsen
Ich merke gerade, wie großartig meine Mutter ist

Nguyễn Đình Tâm

Khúc Hai

Ký ức ùa về trong thẳm sâu
nhớ cơn sốt đêm đông
nhớ ngày rét nắng hạ

nhớ một thời khói lửa
ngủ trên thủy lôi, trên sóng dập dềnh
bữa ăn giữa chừng bom đạn hất tung
bốn phía mênh mông thăm thẳm biển
không có một mảnh đất để tựa
điểm tựa duy nhất của ta là bạn
điểm tựa duy nhất của bạn là ta
tựa vào nhau ngửa mặt trên boong tàu mà bắn
làm sao tránh được bom đạn
xác suất sống gắn liền lòng quả cảm
xác suất sống gắn liền tình bạn

niềm tin yêu lấp lánh ánh mắt nhìn
họp bình bầu thi đua
nhường nhau từng danh hiệu
điều rất thật mà tưởng chừng khó hiểu
cả sự sống cũng nhường nhau
thì còn gì để mất
thì làm sao mà không chiến thắng
làm sao đất nước không trường tồn

Ký ức như của để dành
nuôi ta những ngày giáp hạt

nụ cười và nước mắt
dành dụm cho mình cùng bạn nhớ thương nhau

Hình như ta sinh ra là để vì nhau
để sát cánh cùng đồng cam cộng khổ

hình như sóng sinh ra là để vỗ
nhịp vô tư ru lớn con người

hình như biển sinh ra để nuôi chân trời
cho ta ngữ ngôn về lẽ sống
cho tâm hồn ta khoát vào cao rộng
nhịp nhàng theo cánh hải âu

Lớp lớp sinh viên tốt nghiệp, lên tàu
lại gắn chiếc mỏ neo lên mũ
lại đối mặt với bão tố phong ba
dẫu đam mê khơi xa
vẫn hướng về bờ cát
nơi dòng sông và biển giao thoa
nơi biển cả lượn theo hình đất nước
tiếng sóng vỗ vào hồn dân tộc
âm vang bốn phương trời
rồi cùng hát theo lời biển hát
để thương yêu nhau hết lòng

rồi học cách sải cánh vươn vai
biết như sóng không bao giờ riêng lẻ
biết như sóng không bao giờ ngừng vỗ
làm nên biển mênh mông
làm nên biển hào hùng
vẫn chiếc phao: niềm tin và lòng quả cảm
cánh hải âu chao dọc đời mình…

*

*   *

Bốn mươi năm
đi chưa hết những chiều dài con sóng
bơi ngược thời gian chẳng gặp lại ban đầu
mỗi lớp sóng là một dòng sự tích
trải bi hùng giữa bát ngát thẳm sâu

Bốn mươi năm
hành hương dọc đường số một
xanh biếc thông reo
xanh biếc sóng dạt dào
ta về qua Bãi Lữ

thấp thoáng những cột buồm dâng hương tưởng niệm
con của bạn đã thành thuyền trưởng

vượt đại dương
Bãi Lữ giờ đã thành resort
chiếc ghi ta bồng bềnh trong sương khói mênh mang

Ta đã cách em một khoảng cách bờ Gianh
khoảng cách giọng bà ru cháu
bốn mươi năm không qua được
ca nước vối cuối mùa chiến dịch
vẫn thơm nồng

Ta gọi tên bạn bè lớn lên từ những dòng sông
cánh tay biển ôm tròn ba phần tư trái đất
tiếng đập cánh
giữa nền trời khao khát
nhịp sóng xanh
trùng điệp tới chân trời

Hải Phòng, đầu xuân 2015

Zweiter Abschnitt

Erinnerungen kommen tief zurück

Vermisse das Winternachtfieber

Erinnere dich an die kalten und sonnigen Tage

Erinnere dich an die Zeit von Rauch und Feuer

Schlafen auf einem Torpedo, auf den krachenden Wellen

Auf halbem Weg zur Mahlzeit explodierten Bomben und Kugeln

Unermessliches Meer auf allen Seiten

Es gab kein Land zum Anlehnen

Mein einziger Drehpunkt warst du

Dein einziger Drehpunkt war ich

Wir lehnten uns aneinander, standen auf dem Deck und schossen

Wie kann man Bomben vermeiden?

Die Lebenswahrscheinlichkeit war mit Mut verbunden

Lebenswahrscheinlichkeit in Verbindung mit Freundschaft

Glaube Liebe funkelnde Augen
Sich treffen, um für die Nachahmung zu stimmen
Einander jeden Titel zu geben
Es ist so real, dass es schwer zu verstehen ist
Gebt euch gegenseitig den Teil des Lebens
Was ist noch zu verlieren?
Dann wird der Sieg mein sein
Dann wird das Land überdauern

Erinnerungen sind wie Schätze, die man bewahren muss
Füttere mich mit den Tagen zwischen der Erntezeit

Lächeln und Tränen
Aufgehoben für mich und dich, um uns zu lieben

Es schien, als wären wir füreinander geboren
Schulter an Schulter, um Freud und Leid zu teilen

Es scheint, dass die Wellen geboren sind, um zu klatschen
Sorglose Wellen wiegen den Menschen

Es scheint, dass das Meer geboren ist, um den Horizont zu nähren

Gib mir die Sprache des Lebens

Gib unseren Seelen hoch und weit zu gehen

Rhythmisch den Flügeln der Möwen folgend

Generationen von Schulabgängern stiegen auf das Schiff

Setzen den Anker wieder auf den Hut

Und stellten sich dem Sturm erneut

Obwohl die Leidenschaft weit weg war

Immer noch auf dem Weg zum sandigen Ufer

Wo der Fluss und das Meer sich treffen

Wo das Meer in der Form des Landes schwebt

Das Geräusch der Wellen, die an die Seele der Nation krachen

hallt in alle vier Richtungen

Dann singt mit zu den Texten des Meeres

einander von ganzem Herzen zu lieben

Dann lernt, wie man die Schultern ausstreckt

Wisse wie Wellen nie allein sind

Wisse wie Wellen, die nie aufhören zu brechen

Machen ein riesiges Meer

Mach das Meer heroisch
Immer noch eine Boje: Glaube und Mut
Möwen fliegen ihr ganzes Leben lang...

*
* *

Vierzig Jahre
Sind nicht die Länge der Welle gegangen
Schwimmen in der Zeit zurück und sehen sich nie wieder
Jede Wellenschicht ist ein Strom von Anhäufungen
Verbreitet die heroische Tragödie inmitten des tiefen Abgrunds

Vierzig Jahre
Pilgerfahrt entlang der Straße Nummer eins
Tannengrüne Töne
Azurblaue Wellen reichlich Wellen
Wir kehren zurück durch Lu Beach

Aufragende Säulen bieten Weihrauch zum Gedenken an
Dein Kind ist ein Kapitän geworden

Auf der anderen Seite des Ozeans
Lu Beach ist jetzt ein Ferienort
die Gitarre schwebt im dichten Nebel

Ich war weit weg von dir, weit weg von Gianh Shore
Großmutters Stimme lullt mich ein
Vierzig Jahre der Trennung
Amniotisches Wasserglas am Ende der Wahlkampfsaison
riecht immer noch gut

Ich rufe die Namen von Freunden, die an den Flüssen aufgewachsen sind
Der Arm des Meeres umarmt drei Viertel der Erde
Flatterhafter Klang
In der Mitte des sehnsüchtigen Himmels
Blauer Wellenrhythmus
Überschneiden sich bis zum Horizont.

Hai Phong, Anfang Frühjahr
2015

Thức Với Biển – Ký Ức Của Người Trong Cuộc
Nhà thơ Vương Trọng

Trong cuộc thi sáng tác văn học của Hội Nhà văn Việt Nam kết hợp với Bộ Giao thông vận tải tổ chức năm 2014 – 2015, Ban Giám khảo phần thơ thật vui mừng khi đọc xong "Thức với biển", trường ca của Nguyễn Đình Tâm, mừng vì trước đó đã đọc hàng trăm tác phẩm dự thi bao gồm những tập thơ và trường ca về đề tài này, nhưng chưa tìm được "ngọn cờ". Lúc đó các thành viên chấm thi chưa biết tác giả Nguyễn Đình Tâm là ai, nhưng đều có chung nhận định, đây là trải nghiệm của người trong cuộc. Trường ca này là ký-ức-thơ của thủy thủ đoàn tàu biển vận chuyển vũ khí, lương thực, thuốc men, hàng hóa… chi viện cho chiến trường, là bản hùng ca của vận tải biển trong cuộc kháng chiến chống Mỹ cứu nước. Nói đến các đoàn tàu vận tải biển trong giai đoạn này, bạn đọc thường nghĩ đến những con tàu không số huyền thoại mà văn học, điện ảnh… đã có nhiều tác phẩm đề cập. Nhưng bên cạnh những con tàu không số đó, là những đoàn tàu có số, số lượng đông đúc hơn, làm công tác vận chuyển từ cảng Hải Phòng vào miền nam khu Bốn.

Chúng ta biết rằng, thời đó tất cả những nhịp cầu trên đường bộ đều bị phá hủy, các bến phà bị đánh phá tan nát, công việc vận tải đường bộ gặp rất nhiều khó khăn. Trước tình hình đó, năm 1968, để thực hiện chủ trương của Bộ Chính trị, Bộ Quốc phòng, Bộ Giao thông vận tải là tăng cường tối đa vận chuyển chi viện cho chiến trường. Cục đường biển mở chiến dịch VT5 huy động các đội tàu Giải phóng (GF), Tự lực (TL), Quyết thắng (VS) và tàu Tankit (TK-chở xe tăng) vào chiến dịch. Ngày đó Nguyễn Đình Tâm là giảng viên đại học, dạy bộ môn động cơ đốt trong, nên được điều giữ chức danh sĩ quan Máy hai rồi Máy nhất của tàu GF 01 trực tiếp tham gia chiến dịch này và anh đã có mặt trong suốt 14 chuyến vận tải, vượt qua bao thử thách ác liệt, nhiều lần được tặng các danh hiệu thi đua ngành Giao thông vận tải. Anh tâm sự rằng anh viết trường ca này để ghi lại một giai đoạn lịch sử ác liệt và hào hùng của dân tộc mà mình trực tiếp tham gia, đồng thời tri ân những đồng đội đã hy sinh vì sự nghiệp cao cả:

Tôi là người may mắn hơn các anh
　sóng dạt sang bờ sống
　để đứng về phía biển
　dâng những lời tri ân

Là người trong cuộc, viết về những công việc của mình, của đồng nghiệp với cảm xúc chân thành với nhiều chi tiết nếu người không trực tiếp tham gia khó có thể nghĩ ra mà mô tả:

　Tàu dồi dọc rồi tàu lắc ngang
　　đứng không vững, bám vội vào nắp máy
　　bàn tay bỏng rộp khét lẹt mùi da...

Hay:
> *Tàu lắc quá thì nằm xuống sàn*
> *buộc mình vào chân giường mà ngủ*
> *con sóng tràn ướt đẫm giấc mơ*

Hoặc:
> *Mũ bảo hộ vỡ rồi*
> *ta bện mũ rơm*
> *mũ rơm đập va êm hơn mũ nhựa*
> *đoàn thủy thủ mũ rơm*
> *thêm chở che của lúa…*

Hay như cảnh xẩy ra trên tàu khi cơn bão kinh khủng ập đến:
> *Cần cẩu đứt dây đập thủng boong tàu*
> *thuyền cứu sinh bay vù xuống biển*
> *kim la bàn quay không định hướng*
> *từ trường như đang đổi chiều*
> *trái đất như đang đổi cực*

nếu không từng trải, khó mà tưởng tượng được!

Có những chi tiết vừa thực, vừa cảm động. Quê Nguyễn Đình Tâm ở Cửa Hội, thế mà bao lần đưa tàu vào phía nam, qua quê nhà mà không ghé thăm mẹ được:
> *Tôi đi qua quê mình mà không dừng lại*
> *Hòn Ngư mờ trong sương*
> *giờ này chắc mẹ còn thao thức…*
> *Con muốn kéo hồi còi thật vang*
> *chào quê hương mà chẳng thể…*
> *xin con sóng tạo nên từ tàu con*

vỗ về bờ với mẹ
Ngọn hải đăng trên vách đảo chớp hoài

Vận chuyển một chuyến hàng trót lọt từ cảng Hải Phòng đến sông Gianh (Quảng Bình) là một kỳ công vì phải vượt qua bom đạn dội xuống từ trên trời, thủy lôi lập lờ trong nước, những chiếc tàu biệt kích luôn luôn rình rập. Đó là chưa kể những cơn bão bất thần nổi lên, ập đến. Trường ca này, Nguyễn Đình Tâm viết trong hồi tưởng, khi cuộc chiến tranh đã lùi xa hơn bốn mươi năm, nên nhiều sự mất mát hy sinh hiện ra một cách trần trụi:

Tàu GF 28 bị nổ tung
Sĩ quan lái đầu và tay chân bay lên cầu Mười một
Thuyền trưởng bị cắt đứt ngang thân
ba thợ máy xác tan bên bệ súng
bốn thủy thủ ruột trào khỏi bụng...

Đấy là chưa kể những thủy thủ chìm sâu vào đáy biển khi con tàu bị máy bay địch bắn chìm để lại nỗi hẫng hụt, đau thương cho người đang sống:

Ta ngụp lặn trong chiều tìm bạn
ta ngồi chong mắt vào đêm
nhìn sâu vào lòng biển
nơi con tàu bị bắn chìm
bạn đã neo vào khoảng lặng
chiếc ghi ta bạn chơi
bập bềnh trên sóng
dây đàn rung thổn thức lòng ta...

Giữa cái trần trụi đầy hy sinh gian khổ ấy vẫn xuất hiện những câu thơ đẹp: *"Cho tay tôi khoát mềm lên vai sóng/ để chân mình chân sóng chạm vào nhau".*

Sở dĩ tôi gọi "Thức với biển" là ký-ức-thơ vì tác giả đã kết hợp nhuần nhuyễn ký ức với thơ. Trong cuộc thi về đề tài Giao thông vận tải lần này có nhiều trường ca viết khá công phu. Chỉ tiếc rằng, với một số nhà thơ chuyên nghiệp, vốn không phải là người trong cuộc thì thường gặp nhược điểm là "viết theo khái niệm", "một số tác giả trong ngành thì bề bộn chất sống nhưng thiếu chất thơ. Nguyễn Đình Tâm tránh được hai nhược điểm ấy nên tác phẩm của anh thuyết phục được từ những người trong ngành đến các nhà thơ chuyên nghiệp. Ý thức thơ trong ký ức của tác giả "Thức với biển" khá thường trực, cứ sau mỗi đoạn mô tả thực tế thì thế nào cũng có một vài câu giàu chất thơ gói ghém lại. Ta trở lại khổ thơ đã trích "Tàu lắc quá thì nằm xuống sàn/ buộc mình vào chân giường mà ngủ" là câu thơ tả thực, khá đặc sắc nhưng khổ thơ sẽ kém đi nhiều nếu thiếu câu thứ ba: "Con sóng tràn ướt đẫm giấc mơ".

Hay như đoạn con tàu bị bão đánh tơi bời, đoàn thủy thủ dạt vào đảo, vào hang tìm củi nhen lửa sưởi chống rét:

Bạn thiếp đi trong ánh lửa ảo mờ
Ta ngồi chất thêm cành, thêm cỏ
Khoảng cách giữa ta và lửa
là bập bùng bóng mẹ đêm đêm

Chính những "câu gói" như hai câu cuối trên đây đã dứt hẳn lối viết nghiệp dư đơn thuần kể lể, đưa tác phẩm đứng đàng hoàng về phía chuyên nghiệp.
Chúc mừng nhà thơ Nguyễn Đình Tâm, mừng đề tài Giao thông vận tải có thêm một tác phẩm hay. Xin trân trọng giới thiệu trường ca "Thức với biển" cùng bạn đọc.

(Hà Nội, tháng 7 – 2015)
Vương Trọng

Aufwachen mit dem Meer - Poetische Erinnerungen eines Insiders

Dichter Vuong Trong

In der literarischen Komposition Wettbewerb der VietNam Writers 'Association kooperiert mit dem Ministerium für Verkehr zu organisieren, das Jahr 2014 - 2015, Jury Board der Poesie Abschnitt war sehr glücklich, als sie fertig lesen "Aufwachen mit dem Meer", Epos von Nguyen Dinh Tam, froh, Hunderte von Werken für den Wettbewerb eingereicht, bevor umfasst Sammlungen von Gedichten und Epen zu diesem Thema zu lesen, aber noch nicht gefunden haben, die "die besten". Zu dieser Zeit wusste die Jury nicht, wer der Autor Nguyen Dinh Tam war, aber alle haben die gleiche Meinung, das ist die Erfahrung des Insiders. Dieses Epos ist eine poetische Erinnerung an die Besatzung eines Schiffes, das Waffen, Lebensmittel, Medikamente, Waren... ... zur Unterstützung des Schlachtfeldes transportiert, ist das epische Gedicht der Schifffahrt im Widerstandskrieg gegen die USA zur nationalen Rettung. Wenn man von Schifffahrtskonvois in dieser Zeit spricht, denkt man oft an die legendären unzähligen Schiffe, die in der Literatur, im Kino... in vielen Werken erwähnt wurden. Aber neben diesen nummernlosen Schiffen gab es auch Schiffe, die in größerer Zahl unterwegs waren und die Transportaufgaben vom Hafen Hai Phong in den Süden der Zone Vier übernahmen.

Wir wissen, dass zu dieser Zeit alle Brücken auf der Straße zerstört waren, die Fährterminals waren zerstört, der Straßentransport war sehr schwierig. Angesichts dieser Situation setzten das Politbüro, das Verteidigungsministerium und das Verkehrsministerium 1968 die Politik um, den Transport von Hilfsgütern zum Schlachtfeld zu maximieren. Die Schifffahrtsverwaltung eröffnete die VT5-Kampagne, um die Flotten der Schiffe "Befreiung" (GF), "Selbstvertrauen" (TL), "Entschlossenheit zum Sieg" (VS) und "Tankit" (TK-Panzer) für die Kampagne zu mobilisieren. An diesem Tag war Nguyen Dinh Tam ein Universitätsdozent, der Verbrennungsmotoren unterrichtete und dem der Titel des Zweiten Maschinenoffiziers und dann des Ersten Maschinenoffiziers der GF 01 zugewiesen wurde, um direkt an dieser Kampagne teilzunehmen, und er war bei 14 Transporten dabei, überwand viele harte Herausforderungen und wurde mehrmals mit Ehrentiteln in der Transportbranche ausgezeichnet. Er vertraute an, dass er dieses Epos geschrieben hat, um eine kämpferische und heldenhafte historische Periode der Nation festzuhalten, an der er direkt teilgenommen hat, und um gleichzeitig den Kameraden zu danken, die sich für die edle Sache geopfert haben:

Ich werde mehr Glück haben als ihr

Wellen, die an Land gespült werden, um zu leben

Um am Meer zu stehen

Worte der Dankbarkeit auszusprechen

Schreiben Sie als Insider über Ihre Arbeit, die Ihrer Kollegen mit aufrichtigen Gefühlen und mit vielen Details, an die man, wenn man nicht direkt involviert ist, kaum denken und beschreiben kann:

Das Schiff wackelt vertikal, dann schüttelt es horizontal

unsicher klammert es sich an den Deckel

Verbrannte Hände mit brennendem Hautgeruch

Entweder

Das Schiff schüttelte so sehr, dass ich mich auf den Boden legte

mich an das Fußende des Bettes band und schlief

die überlaufenden Wellen durchnässten den Traum

Oder

Der Helm war kaputt

Wir haben einen Strohhut geflochten

Strohhüte haben eine leisere Wirkung als Plastikhüte

Strohhut-Besatzung

Der Schutz des Strohhutes wurde hinzugefügt

Oder wie die Szene, die sich auf dem Schiff abspielt, wenn ein schrecklicher Sturm aufzieht:

Der Kran riss das Seil und brach durch das Deck

Das Rettungsboot flog ins Meer

Die Kompassnadel ist nicht ausgerichtet

Das Magnetfeld scheint die Richtung zu ändern

Die Erde scheint ihre Polarität zu ändern

Wenn man es nicht erlebt hat, kann man es sich kaum vorstellen!

Es gibt Details, die sowohl real als auch berührend sind. Nguyen Dinh Tams Heimatstadt liegt in Cua Hoi, aber wie oft ist er mit dem Zug in den Süden gefahren und hat seine Heimatstadt durchquert, ohne seine Mutter besuchen zu können:

Ich fuhr durch meine Heimatstadt ohne anzuhalten

Die Insel Ngu verschwand in der Nacht

Zu dieser Zeit musste meine Mutter wach sein

Ich wollte die Hupe richtig laut betätigen

Hallo Heimat, aber ich konnte nicht

gab mir die Welle von meinem Schiff

und streichelte mit Mama das Ufer

Der Leuchtturm auf der Klippe der Insel flackerte für immer

Der reibungslose Transport einer Ladung vom Hafen in Hai Phong zum Gianh-Fluss (Provinz Quang Binh) war ein Kunststück, denn es galt, Bomben und Kugeln zu überwinden, die vom Himmel fielen, Torpedos, die im Wasser schwammen, und Kommandoschiffe, die ständig lauerten. Ganz zu schweigen von den plötzlich aufkommenden und wiederkehrenden Stürmen. In diesem Epos schreibt Nguyen Dinh Tam in seinen Rückblenden, als der Krieg vor vierzig Jahren vorbei war, erschienen viele Verluste und Opfer nackt:

GF 28 Schiff wurde gesprengt

Kopf und Gliedmaßen des Offiziers wurden auf die elfte Brücke geschleudert

Der Kapitän wurde quer über den Körper geschnitten

Drei Mechaniker wurden direkt neben dem Geschützpodest zerstückelt

Die Eingeweide von vier Matrosen quollen aus dem Unterleib

Ganz zu schweigen von den Matrosen, die tief im Meeresboden versanken, als das Schiff von einem feindlichen Flugzeug versenkt wurde, und die Enttäuschung und den Schmerz für die Lebenden hinterließen:

Ich tauchte am Nachmittag auf der Suche nach dir

Ich sitze und schaue die ganze Nacht

und schaue tief ins Meer hinein

Wo das Schiff durch feindliches Feuer versenkt wurde

Du hast in der Stille geankert

Die Gitarre, die du spielst

Schwebt auf den Wellen

Vibrierende Saiten erwecken mein Herz

Inmitten dieser mühsamen Nacktheit gibt es noch schöne Verse: "Lass meine Hand auf der Wellenschulter ruhen / lass meine Füße und die Wellen sich berühren"

Ich nenne "Aufwachen mit dem Meer" deshalb eine poetische Erinnerung, weil der Autor Erinnerung und Poesie geschickt miteinander verbunden hat. In diesem

Wettbewerb zum Thema "Transport" gab es viele gut geschriebene Epen. Es ist nur schade, dass bei einigen professionellen Dichtern, die keine Insider sind, oft der Nachteil des "Schreibens nach Konzept" besteht, "einige Autoren in der Branche sind voller Lebenserfahrung, aber es fehlt ihnen an dichterischer Qualität. Nguyen Dinh Tam vermeidet diese beiden Nachteile, so dass sein Werk von Brancheninsidern bis hin zu professionellen Dichtern überzeugt. Das poetische Bewusstsein im Gedächtnis des Autors von "Aufwachen mit dem Meer" ist ziemlich dauerhaft, nach jeder sachlichen Beschreibung finden sich zwangsläufig ein paar poetische Sätze darin verpackt. Wir kehren zu der zitierten Strophe zurück: "Das Schiff schüttelte sich so sehr, dass ich mich auf den Boden legte, / mich an das Fußende des Bettes band und schlief" Es ist ein realistisches Gedicht, ziemlich einzigartig, aber die Strophe wäre ohne die dritte Strophe viel schlechter: *"Die überlaufenden Wellen tränken den Traum"*.

Oder wie der Teil des Schiffes, der durch einen Sturm beschädigt wurde, die Besatzung auf die Insel spülte und in die Höhle ging, um Feuerholz zu finden und ein Feuer gegen die Kälte zu machen:

Du schläfst am schummrigen Feuer ein

Wir sitzen und stapeln mehr Äste und Gras

Der Abstand zwischen mir und dem Feuer

Ist der flackernde Schatten der Mutter in der Nacht

Es sind die "umhüllenden Sätze" wie die letzten beiden Sätze oben, die den amateurhaften Schreibstil des einfachen Erzählens vollständig beendet und das Werk auf die professionelle Seite gebracht haben.

Herzlichen Glückwunsch an den Dichter Nguyen Dinh Tam, herzlichen Glückwunsch zum Thema Verkehr mit einem weiteren guten Werk. Wir möchten den Lesern das Epos "Wake up with the sea" vorstellen.

Ha Noi, Juli 2015

(Dichter Vuong Trong)

Thức Với Biển – Khúc Tráng Ca Thủy Thủ Tàu Có Số

Nhà thơ Nguyễn Trọng Tạo

Chúng ta biết khá nhiều về những *con tàu không số* dọc "đường mòn Hồ Chí Minh trên biển" qua phim ảnh, báo chí, phóng sự, ký sự và tiểu thuyết; nhưng chúng ta biết quá ít về những *con tàu có số* như các đội tàu Giải phóng (GF01 – GF37), đội tàu Tự lực (TL), đội tàu Quyết thắng (VS) và Tankit (TK chở xe tăng, và cảm tử để phá thủy lôi) đã vào sinh ra tử dưới làn bom đạn của máy bay, tàu chiến địch để vận chuyển lương thực, vũ khí, đạn dược, thuốc men, xăng dầu, xe tăng… chi viện cho chiến trường, với sự hy sinh thầm lặng trong cuộc chiến tranh vệ quốc đã qua. Ấp ủ suy nghĩ đó sau nhiều năm, nhà thơ Nguyễn Đình Tâm đã viết trường ca "Thức với biển" để tri ân và tôn vinh đồng đội của mình đã hy sinh vì sự nghiệp cao cả.

Có thể gọi "Thức với biển" là một bản hùng ca vận tải biển, một khúc tráng ca về những thủy thủ tàu có số của một tác giả là người trong cuộc, từng sát cánh đồng đội của mình trên từng con sóng, trong từng trận bom, trải qua bao mùa chiến dịch trong những tháng năm chiến tranh ác liệt, những tháng năm mà những người thủy thủ phải hy sinh mọi tình cảm riêng tư để làm trọn nghĩa vụ công dân của mình:

Tôi đi qua quê mình mà không dừng lại
...Mẹ ơi! Con đây mà
con không dừng lại được
biển mịt mù sóng nước
con muốn kéo hồi còi thật vang
chào quê hương mà chẳng thể
chúng con phải khẩn trương đi
phải âm thầm lặng lẽ
xin con sóng tạo nên từ tàu con
vỗ về bờ với mẹ...

Gần một nghìn câu thơ được bố cục thành 5 chương: *Mùa chiến dịch, Mở luồng, Tri ân, Giọng biển, Đội ngũ* đã làm thành một trường ca sử thi trữ tình đặc sắc về ngành vận tải biển từ những ngày kháng chiến gian nan để trưởng thành lớn mạnh như hôm nay.

Với bố cục này, Nguyễn Đình Tâm đã hóa thân thành nhân vật trữ tình xuyên suốt bản trường ca để ca ngợi những con người, những chiến công của một tập thể anh hùng "gan vàng, dạ sắt" góp phần làm nên lịch sử chói rạng một thời.

Ta gặp ở đây những con người tự truy điệu mình trước khi bước vào cuộc chiến:

Chúng tôi truy điệu mình ở tuổi hai lăm
bước bình thản giữa trời xanh biếc
...Tuổi hai mươi, hai lăm như những lõi trầm
tự thơm và tự cháy

Ta gặp ở đây những thủy thủ trẻ tuổi vừa rời ghế nhà trường đến với con tàu vận tải trong mưa bom bão đạn vẫn phơi phới niềm tin yêu:

Chúng tôi mỗi người một quê
mỗi người một giọng
Chinh, Đỗ, Sơn giọng Bắc
Hào, Thiện, Điệp giọng Nam
Tôi gió Lào cát trắng
trẻ trung và cháy bỏng
từ mái trường của biển
đập cánh vào trời xanh

Ta gặp ở đây những giây phút thẳng căng khi tàu bị tấn công vẫn hướng về đích đến như không sức mạnh nào ngăn nổi:

pháo địch phá mất đèn chập tiêu
thủy lôi chiếm hết luồng hết lạch
ta đi theo trí nhớ
lại dò thêm luồng mới ta đi
theo một mạch thẳng băng
theo những đường zích zắc
xuyên qua màn đêm chỉ là đôi mắt
mũi con tàu vạch sáng vệt lân tinh

Ta gặp ở đây những con tàu bị thương không thể vào bến nhưng vẫn gửi được hàng vào đất liền thật thông minh và sáng tạo:

từng bao gạo thả trôi
ngàn bao gạo thả trôi

trôi qua cửa tử
những bao gạo bọc trong bao chống thấm
dập dềnh trôi về phía chờ mong

Và những niềm vui vỡ òa khi được giao những chuyến hàng lớn cho chiến trường đang mỏi mắt ngóng chờ:

> *một trăm bảy mươi ngàn tấn lương thực thuốc men*
> *một triệu tấn xăng dầu*
> *năm ngàn thùng đạn*
> *năm mươi tư xe tăng cho "Đường 9 - Nam Lào"…*
>
> *em ngồi cộng niềm vui theo từng phiếu nhận hàng*
> *niềm vui tỏa quanh ngọn đèn hạt đỗ*

Trường ca không phải là kể những sự kiện theo con số thống kê của bản báo cáo tổng kết, nhưng những con số ở đây như đã được tác giả thổi hồn mình vào để biến nó thành niềm vui, nỗi buồn của người trong cuộc. Với lối viết tự sự - trữ tình khá nhuần nhuyễn, Nguyễn Đình Tâm dẫn dắt người đọc từ bất ngờ này đến bất ngờ khác, từ hồi hộp này đến hồi hộp khác, để rồi dâng lên những con sóng xúc động mang nhiều dư chấn.

Hình như sự hy sinh của những con tàu và đồng đội là những ám ảnh lớn trong lòng tác giả, vì thế mà chương *"Tri ân"* gây được cảm xúc mạnh mẽ với những đoạn thơ dữ dội thẳng căng:

hai phản lực đuổi theo bổ nhào
tàu GF 28 bị nổ tung

sĩ quan lái: đầu và tay chân bay lên cầu mười một
thuyền trưởng bị cắt đứt ngang thân
ba thợ máy xác tan bên bệ súng
bốn thủy thủ ruột trào khỏi bụng
...tiếng còi tàu rời ga như thét
như hú lên tiếng thú cuối rừng

Để rồi tác giả chùng lòng xuống cùng câu thơ lục bát hiếm hoi thay cho tiếng khóc, thay cho niềm tưởng nhớ lớn lao mãi mãi không nguôi:

bao nhiêu nước mắt đầm đìa
bao nhiêu mây trắng bay về chịu tang...

Viết về sự hy sinh trong thơ ta có thể nói là bất tận, bởi không có những hy sinh lớn lao đó thì không thể có chiến thắng vĩ đại để giành lại thống nhất, độc lập cho dân tộc. Trong cuộc chiến tranh chính nghĩa, hy sinh không phải là mục đích, nhưng hy sinh để cho cuộc chiến tới đích của chiến thắng là những hy sinh mãi mãi được tôn vinh. Vì thế, viết về sự hy sinh là không bao giờ thừa. Nguyễn Đình Tâm không chỉ dâng hương cho những anh hùng, liệt sĩ đã hy sinh trong cuộc chiến mà anh còn xây tượng đài cho cả những hy sinh thầm lặng của những đồng đội trở về sau chiến thắng.

Trong trường ca này, có thể nói, câu chuyện về thuyền trưởng có tên là Uyển *"người dẫn đội tàu phá lôi Lê Mã Lương"* đã tạo nên một dấu ấn đặc sắc mang đầy số phận bi hùng. Đấy là khi hoàn thành nhiệm vụ *"khai thông luồng suốt chiều dài miền Bắc"* thì anh em không còn gì để ăn Tết, Uyển đã cho anh em mang 2 bao gạo ướt vớt được trong bãi thủy lôi vào bờ đổi lấy ít rau thịt để có bữa tiệc đón xuân. Nhưng hành động nhân văn ấy của Uyển lại là hiểm họa cho anh. Anh bị cấp trên gọi về kiểm điểm. Và:

đồng đội thương anh, thanh minh
đồng đội thương anh, bất lực
hồ sơ phong anh hùng đặt trên bàn thi đua gấp lại
anh trở thành tội đồ

Viết đến đây, Nguyễn Đình Tâm như ứa nghẹn, anh tung ra một câu thơ chua xót: *"tội đồ và anh hùng cách nhau một lời phán"* để rồi khái quát một chiêm nghiệm của người lính biển: *"chưa mặn sóng xin đừng nhân danh biển"*. Và khẳng định:

Bao con người ra đi không có tượng đài
bao con người chỉ còn trong kí ức
không dòng tên khắc lên bia trang trọng
họ đã sống rạng ngời nhân cách sống
âm thầm làm nên đất nước
Việt Nam ơi!

Bằng đoạn thơ này, chính Nguyễn Đình Tâm đã dựng cho Uyển và bao nhiêu người chịu sự hy sinh như Uyển một tượng đài trong lòng người đọc.

Phải nói, ngòi bút Nguyễn Đình Tâm viết về sự tri ân luôn chân thành và dạt dào cảm xúc, bởi anh biết trong chiến tranh *"cả sự sống cũng nhường nhau/thì còn gì để mất"*. Chính vì thế mà ta được đọc những câu thơ ứa nghẹn tình người, dù những tên người trong thơ có thể là hư cấu, nhưng ta vẫn tin đó là sự thật, đó là những cái tên đã gắn chặt vào trái tim tác giả:

đứng xếp hàng trong nỗi nhớ điểm danh
thuyền trưởng Tùng, Vàng, Đảnh, Huyên
thuyền phó Hải, Loát, Hùng, Minh, Thiện
thủy thủ Vọng, Hương, Nga, Minh, Chiến...
tên nối dài theo những nén tâm nhang
tên nổi chìm trong tiếng biển âm vang
cứ thao thức đập vào vách đá
mấy chục con tàu đã nằm sâu lặng lẽ
vầng trăng cuối trời thương nhớ gửi về đâu

Hy sinh cho chiến thắng không chỉ có những người trực tiếp trên trận tuyến mà còn có cả một hậu phương không thể nào quên. Ngòi bút Nguyễn Đình Tâm ở đây đã dành những nét mực đậm cho những người mẹ, người em là điểm tựa vững chắc nơi quê nhà khói lửa. Một người mẹ cụ thể, cũng là một người mẹ tượng trưng cho đất nước trong những ngày gian khó nhất. Và anh nhận ra:

Mẹ ơi
biển đã tái sinh con
trong đêm cuồng phong, trở dạ
sau cơn bão này con lớn lên hơn
có lúc con chỉ nghĩ giản đơn
sức lực mình tháng năm quá tải
đâu biết mẹ trở mình hoài trong đêm
giữa đồng quê ta mùa khát khô, mùa lũ

vun một luống khoai bom đạn cày lên phải trồng lại mấy lần
nghĩ về chúng con
vầng trán mẹ chưa lúc nào lặng sóng

Vâng, những người mẹ Việt Nam là thế, ngay cả khi con chiến thắng trở về, mẹ vẫn mừng mừng tủi tủi, mẹ vẫn mang theo nỗi đau về những đứa con không bao giờ trở lại. Nhưng mẹ ơi, mẹ có thể vui hơn khi sau chiến tranh các con đã trưởng thành, đã lớn lên không ngừng cùng những con tàu. Đó cũng là tâm nguyện của tác giả khi viết chương cuối cùng của trường ca: "Đội ngũ":

Ta nhỏ bé
ta lớn dần trước biển
càng thấy biển mênh mông
biển rộng lớn nhường nào
như ta lớn trong vòng tay của mẹ
mới thấy mẹ mình vĩ đại biết bao

Đó là khi:

Tổ quốc ngời lên sắc cờ đỏ thắm
lồng lộng giữa trời xanh
phần phật bay trên từng hải cảng
Nagoya - Busan – Singapore – Hongkong
Dubai – Tanger Med – Marseille
Hamburg – Rotterdam – Los Angeles.
bước nhảy vọt của những con tàu GF, TL, VS
qua những đại dương.

Viết một trường ca mang tính sử thi không thể không vụ vào sự kiện, nhưng nếu chỉ vụ vào sự kiện thì chất tự sự dễ lấn át chất trữ tình, lấn át thơ. Với trường ca "Thức với biển", Nguyễn Đình Tâm đã học được nhiều kinh nghiệm của những trường ca Việt Nam viết về chiến tranh. Và với một vốn sống biển giàu có và độc đáo, anh đã mang đến cho trường ca một hơi thở mới, đặc biệt là đề tài vận tải biển trong chiến tranh, một đề tài mà trường ca Việt trước đây đang bỏ ngỏ.

Những gì thành công của trường ca này đã mang đến cho người đọc nhiều xúc động và suy ngẫm, đó là thân phận con người trong chiến tranh vệ quốc, mà chính tác giả của trường ca cũng là một người trong cuộc, còn sống để kể lại cho các thế hệ sau về một bản tráng ca của những thủy thủ tàu có số, như anh từng thú nhận:

Tôi là người may mắn hơn các anh
sóng dạt sang bờ sống
để đứng về phía biển
dâng những lời tri ân.

Hà Nội, 8.2015
(Nguyễn Trọng Tạo)

Aufwachen mit dem See-Segler Großes Lied vom Schiff mit Nummer

Tao
Dichter Nguyen Trong

Durch Filme, Zeitungen, Reportagen, Memoiren und Romane wissen wir eine ganze Menge über die nicht nummerierten Schiffe auf dem "Ho-Chi-Minh-Pfad zur See"; aber wir wissen zu wenig über die Schiffe mit Nummern wie Befreiungsflotten (GF01 - GF37), Flotten der Selbstständigkeit (TL), Flotten der Entschlossenheit zum Sieg (VS) und Tankit (TK), die Panzer transportieren und Selbstmord begehen, um Minen zu zerstören), die unter den Bomben und Kugeln der feindlichen Flugzeuge und Schiffe geboren wurden und starben, um Lebensmittel, Waffen, Munition, Medikamente, Benzin, Panzer zu transportieren. ... Hilfe auf dem Schlachtfeld, mit dem stillen Opfer im vergangenen patriotischen Krieg. Nach vielen Jahren schrieb der Dichter Nguyen Dinh Tam das epische Gedicht "Mit dem Meer aufwachen", um seinen Kameraden, die sich für eine edle Sache geopfert haben, Dankbarkeit und Ehre zu erweisen. "Wake up with the sea" kann als Schifffahrtsepos bezeichnet werden, ein episches Lied über die Matrosen des Schiffes mit der Nummer eines Insider-Autors, der Seite an Seite mit seinen Kameraden auf jeder Welle stand, in jeder Welle, Bombe für Bombe, durch viele Kampagnensaisons in den harten Kriegsjahren, Jahre, in denen die Matrosen alle ihre persönlichen Gefühle opfern mussten, um ihre bürgerliche Pflicht zu erfüllen:

Ich fuhr durch meine Heimatstadt ohne anzuhalten

...Mami! Ich bin hier, Mama.

Ich kann nicht anhalten.

Das Meer ist weit weg und dunkle Wasserwellen

Ich möchte die Hupe ganz laut betätigen

hallo Heimat, aber ich kann nicht

wir müssen schnell weg

und müssen still und leise sein

gib mir die Welle von meinem Schiff

mit Mama das Ufer streicheln

Fast tausend Verse sind in 5 Kapiteln angeordnet: Kampagnensaison, Öffnung des Stroms, Dankbarkeit, Stimme des Meeres, Geschwader ist ein einzigartiges lyrisches Epos über die Schifffahrt von den mühsamen Tagen des Widerstands bis zum Erwachsenwerden in der heutigen Zeit.

Mit dieser Komposition verwandelte sich Nguyen Dinh Tam im Laufe des Epos in eine lyrische Figur, um die Menschen zu loben und die Taten eines Kollektivs von "so beständigen wie"-Helden zu preisen, die dazu beigetragen haben, für eine Weile eine glänzende Geschichte zu schreiben.

Hier begegnen wir Menschen, die sich selbst gedenken, bevor sie in den Krieg ziehen:

Wir haben uns im Alter von fünfundzwanzig Jahren eine Gedenkfeier gemacht

Ruhig in den blauen Himmel gehen

...Zwanzig, fünfundzwanzig sind wie Basskerne

Selbst duftend und selbst brennend

Wir treffen hier auf junge Matrosen, die gerade die Schule verlassen haben, um im Bomben- und Kugelregen auf das Transportschiff zu kommen, und dennoch ihre Liebe zum Glauben zeigen:

Jeder von uns hat eine Heimatstadt

Jeweils eine Stimme nach Region

Chinh, Do, Son mit nördlichem Akzent

Hao, Thien, Diep mit südlichem Akzent

Meine Heimatstadt ist der weiße Sand Lao Wind

Jung und brennend

Vom Dach der Schule über dem Meer

Flattert mit den Flügeln im blauen Himmel

Wir treffen uns hier in den angespannten Momenten, in denen das angegriffene Schiff immer noch auf sein Ziel zusteuert, als könne es keine Kraft aufhalten:

von den Invasoren zerstört Artillerie schließt die Lichter kurz

Torpedos nehmen alle Kanäle und Buchten ein

wir folgen unserem Gedächtnis

Nguyễn Đình Tâm

Lasst uns wieder neue Ströme prüfen

entlang einer geraden Linie

entlang von Zickzacklinien

Durch die Nacht sind nur die Augen

Der Bug des Schiffes war mit phosphoreszierenden Schlieren durchzogen

Wir treffen hier verletzte Schiffe, die nicht in die Docks einlaufen können, aber trotzdem Waren zum Festland schicken können, so clever und kreativ:

jeder Sack Reis schwimmt

Tausende von schwimmenden Reissäcken

gehen durch das Tor des Todes

Reissäcke, eingewickelt in wasserdichte Säcke

treibend in Richtung der Wartenden

Und die Freuden platzen, wenn große Sendungen an das Schlachtfeld geliefert werden, die mit Augen warten:

einhundertsiebzigtausend Tonnen Lebensmittel und Medikamente

eine Million Tonnen Petroleum

fünftausend Fässer Munition

vierundfünfzig Panzer für die "Straße 9 - Südlaos"...

Sie sitzen plus jeder Freude nach jedem Empfang

Freude strahlt um die Erbsenlampe

In dem Epos geht es nicht darum, die Ereignisse gemäß den Statistiken des zusammenfassenden Berichts zu erzählen, sondern die Zahlen scheinen hier vom Autor eingeatmet worden zu sein, um sie in die Freude und Traurigkeit der Insider zu verwandeln. Mit einem recht flüssigen erzählerisch-lyrischen Schreibstil führt Nguyen Dinh Tam den Leser von einer Überraschung zur nächsten, von einer Spannung zur nächsten, und lässt dann emotionale Wellen mit vielen Nachbeben entstehen.

Es scheint, dass das Opfer von Schiffen und Kameraden eine große Besessenheit im Herzen des Autors ist, so dass das Kapitel "Dankbarkeit" starke Emotionen mit intensiven und spannenden Versen hervorruft:

Verfolgungsjagd mit zwei Düsen

GF 28 Schiff wurde gesprengt

Kopf und Gliedmaßen des Offiziers wurden auf die elfte Brücke geschleudert

Der Kapitän wurde quer über den Körper geschnitten

Drei Mechaniker wurden direkt neben dem Geschützpodest zerstückelt

Die Eingeweide von vier Matrosen quollen aus dem Unterleib

...Das Geräusch der Schiffspfeife verließ die Station wie ein Schrei

Wie das Heulen der Bestien am Ende des Waldes

Dann sank das Herz des Autors mit einer seltenen Strophe von sechs acht Versen anstelle von Weinen, anstelle einer großen Erinnerung, die nie aufhören wird:

Wie viele Tränen fließen?
Wie viele weiße Wolken fliegen zurück, um zu trauern?

Man kann sagen, dass das Schreiben über Opfer in der Poesie endlos ist, denn ohne diese großen Opfer ist es unmöglich, einen großen Sieg zu erringen, um die Einheit und Unabhängigkeit der Nation wiederzuerlangen. Im gerechten Krieg ist das Opfer nicht das Ziel, sondern die Opfer, um den Krieg bis zur Ziellinie des Sieges zu führen, sind Opfer, die für immer verherrlicht werden. Deshalb ist es nie überflüssig, über Opfer zu schreiben. Nguyen Dinh Tam opferte nicht nur Weihrauch für die Helden und Märtyrer, die im Krieg starben, sondern errichtete auch ein Denkmal für die stillen Opfer seiner Kameraden, die nach dem Sieg zurückkehrten.

In diesem Epos hat die Geschichte des Kapitäns Uyen, des "Anführers der Torpedobootflotte Le Ma Luong", ein besonderes Zeichen voller tragischer Schicksale gesetzt. Als er die Aufgabe "Räumung des Flusses im gesamten Norden" erfüllt hatte, hatten die Brüder zu Tet nichts zu essen, und so gab Uyen ihnen zwei Säcke nassen Reis, die er im Minenfeld aufgesammelt hatte, damit sie im Austausch gegen etwas Gemüse und Fleisch an die Küste zurückkehren konnten, um ein Frühlingsfest zu feiern. Aber diese humane Tat von

Uyen ist eine Gefahr für ihn. Er wurde von seinen Vorgesetzten zur Kontrolle gerufen. Und:

Kameraden lieben dich, verteidigen

Kameraden lieben dich, hilflos

Das Dossier für die Verleihung eines Helden, das zur Prüfung auf den Tisch gelegt wurde, wurde gefaltet

Du wirst ein Sünder

Als Nguyen Dinh Tam dies schrieb, verschluckte er sich an einem ergreifenden Gedicht: *"Sünder und Helden sind durch einen Satz getrennt"* und verallgemeinert dann die Betrachtung eines Seesoldaten:*" Nicht salzig, bitte nicht den Namen des Meeres benutzen"*. Und bestätigen Sie das:

Wie viele Menschen haben sich geopfert, ohne dass ein Denkmal an sie erinnert.

Wie viele Menschen sind nur in unserem Gedächtnis

Kein Namensschild, das man auf der ehrwürdigen Stele eingravieren könnte

sie haben ein strahlendes Leben gelebt

im Stillen das Land gemacht

Oh Vietnam!

Mit diesem Gedicht hat Nguyen Dinh Tam Uyen und so vielen Menschen, die solche Opfer wie Uyen gebracht haben, ein Denkmal gesetzt.

Es muss gesagt werden, dass der Schriftsteller Nguyen Dinh Tam über Dankbarkeit schreibt, die immer aufrichtig und voller Emotionen ist, weil er weiß, dass im Krieg "Gebt einander den Teil des Lebens, / den ihr noch zu verlieren habt". Deshalb können wir Gedichte lesen, die von menschlicher Liebe durchdrungen sind, auch wenn die Namen der Personen in den Gedichten fiktiv sind, glauben wir dennoch, dass sie wahr sind, denn es sind die Namen, die fest mit dem Herzen des Autors verbunden sind:

In Nostalgie für die Teilnahme anstehen

Hauptmann Tung, Vang, Danh, Huyen

Maat Hai, Loat, Hung, Minh, Thien

Matrosen Vong, Huong, Nga, Minh, Chien...

Der Name reicht bis zu den Erinnerungen

Der Name ist berühmt und der Name ertrinkt im Echo des Meeres

Bleib wach und stoß an die Klippe

Dutzende von Schiffen liegen tief und still

Wohin schickt sie der letzte Mond vom Himmel?

Opfer für den Sieg sind nicht nur die, die direkt an der Front stehen, sondern auch ein unvergessliches Hinterland. Der Dichter Nguyen Dinh Tam hat seine kühnen Tuschestriche den Müttern und jüngeren Brüdern gewidmet, die ein solider Dreh- und Angelpunkt in ihrer Heimat aus Rauch und Feuer sind. Eine konkrete Mutter, auch eine Mutter, die das Land in den schwersten Tagen symbolisiert. Und er hat erkannt:

Mami

Das Meer hat dich geboren

In der stürmischen Nacht, die Wehen kommen

Nach diesem Sturm bin ich erwachsen geworden

Manchmal denke ich nur einfach

Meine Kraft ist mit der Zeit überlastet

Ich weiß nicht, dass meine Mutter sich die ganze Zeit in der Nacht Sorgen macht

Mitten auf dem Lande, in der Trockenzeit und in der Flutzeit

Ein Kartoffelbeet anbauen, Bombe und umgepflügt, wie oft muss neu gepflanzt werden

Denk an uns

Die Stirn der Mutter ist nie still

Ja, vietnamesische Mütter sind so, selbst wenn ihre Kinder als Sieger nach Hause zurückkehren, hat sie immer noch gemischte Gefühle, sie trägt immer noch den Schmerz der Kinder in sich, die nie zurückkehren werden. Aber sie kann glücklicher sein, wenn ihre Kinder nach dem Krieg erwachsen geworden sind, ständig mit den Schiffen aufgewachsen sind. Das ist auch der Wunsch der Autorin, als sie das letzte Kapitel des Epos schreibt: "Das Geschwader":

Ich bin klein

Wir wachsen vor dem Meer auf

Je mehr ich das große Meer sehe

Wie groß ist das Meer?
Als wäre ich in den Armen meiner Mutter aufgewachsen
Ich habe gerade erkannt, wie großartig meine Mutter ist
Das ist der Moment:
Das Land leuchtet auf der karmesinroten Flagge
In der Mitte des blauen Himmels
Über jedem Hafen schwebend
Nagoya - Busan - Singapur - Hongkong
Dubai - Tanger Met - Marseille
Hamburg - Rotterdam - Los Angeles...
Sprung der Schiffe GF, TL, VS
Über die Weltmeere

Das Schreiben eines epischen Gedichts ist nicht zu vernachlässigen, aber wenn es nur um das Ereignis geht, kann die erzählerische Qualität leicht die Lyrik überwältigen und die Poesie erdrücken. Mit dem Epos "Aufwachen mit dem Meer" hat Nguyen Dinh Tam viel aus den Erfahrungen der vietnamesischen Epen gelernt, die über den Krieg geschrieben wurden. Und mit einem reichen und einzigartigen Meeresleben hat er dem Epos einen neuen Atem verliehen, vor allem dem Thema der Schifffahrt während des Krieges, ein Thema, das die vietnamesischen Epen zuvor offen gelassen hatten.

Der Erfolg dieses Epos besteht darin, den Leser zu berühren und zum Nachdenken anzuregen, d. h. über die menschliche Situation während des Vaterländischen Krieges, und der Autor des Epos ist auch ein Insider, der noch am Leben ist, um späteren Generationen von einem großen Lied der Seeleute mit Zahlen zu erzählen, wie er einmal gestand:

Ich werde mehr Glück haben als ihr

Wellen, die an Land gespült werden, um zu leben

Um am Meer zu stehen

Worte der Dankbarkeit auszusprechen

(Ha Noi, August 2015)

Dichter Nguyen Trong Tao

Trường Ca: Thức Với Biển

Bứt phá mới trong thơ Nguyễn Đình Tâm

Nhà văn Vũ Quốc Văn

Nhớ mùa hè năm 2015 trên trại viết Mộc Châu, nhà thơ Nguyễn Đình Tâm kể ông vừa hoàn thành trường ca "Thức với biển". Vào một tối thư rảnh, Nguyễn Đình Tâm cùng mấy người bạn viết ngồi đàm luận chuyện văn chương, tôi đề nghị ông đọc tác phẩm "Thức với biển" cho mọi người cùng thưởng thức. Nguyễn Đình Tâm đồng ý, cầm tập bản thảo, ông cười rất tươi rồi hào hứng mê say diễn tự lời mở đầu của trước tác này.

"Khi chúng con gắn chiếc mỏ neo lên mũ/ là bắt đầu đối mặt với bão táp phong ba/ biết đời mình thuộc về niềm đam mê khao khát/ để cùng hát theo lời biển hát/ biết thương yêu nhau hết lòng/ rồi học cách sải cánh vươn vai/ khi con sóng vồng lên từ ngực biển/ chiếc phao duy nhất của chúng con/ là niềm tin và lòng quả cảm/ cánh hải âu tới làm bạn cùng mình...".

Đọc xong ít dòng đề từ mang tính giới thiệu tóm lược, gợi mở, Nguyễn Đình Tâm đứng dậy, mắt ông sáng lên dõi về cõi xa.

Nom dung mạo ông lúc ấy như đã bị nhập hồn. Rồi bằng chất giọng đặc âm vực xứ Nghệ sôi nổi, vang ấm, ông nghiêm trang nhả chữ, buông từ khúc triết từng âm tiết: "Mùa đông một chín sáu tám/ ta đến với nơi bắt đầu ngọn gió/ nơi những con đường không có dấu chân/ nơi mỗi chuyến ta qua không hằn dấu vết/ sóng cùng ta âm thầm…"

Chúng tôi ngồi im lặng lắng nghe nhà thơ đọc và có lúc tưởng gần như ông đang hát. Vâng! Ông hát thơ, hát bài ca "Thức trước biển". Và những thính giả nghe thơ lúc đó hồn dạ người nào cũng bị lôi cuốn, bâng khuâng lắm. Phải chăng là do thời khắc, ngữ cảnh ngẫu nhiên tác động? Rất ngẫu nhiên bởi vì "cuộc sinh hoạt thi ca" được chúng tôi gầy dựng cũng là ngẫu hứng bột phát ngay trên miền Tây Bắc. Trong đêm vắng nghe thơ giữa nơi rừng núi trập trùng hình như "cái điệu tâm hồn" của tác giả và tác phẩm cũng thêm độ linh diệu, ngấm thấm lan tỏa vào cảm thức mỗi người.

Và hơn thế, Trường ca "Thức với biển" khái lược mà nói thì từ phương cách xây dựng kết cấu đến diễn tiến không gian, thời gian, quy mô nội hàm cùng nghệ thuật biểu đạt quả thật đáng gọi là một biên niên sử bằng thơ ca.

Trường ca hay nói khác đi tráng ca này tràn đầy chất bi hùng được người thủ bút trần thuật, miêu tả về một thời đoạn của cuộc chiến tranh vệ quốc trên biển và người đi biển hồi thế kỷ trước.

Nguyễn Đình Tâm - Người chủ tọa cũng là diễn giả trong cuộc "sinh hoạt thơ" đêm ấy dường như đã tạo ra một thứ hiệu ứng ma mị bằng ngôn từ cảm xúc đã lay thức tâm tưởng chúng tôi nhớ về một thời quá vãng. Vâng! Thời đã qua, thời đã xa rồi của công cuộc giải phóng Miền Nam thống nhất Tổ quốc, mà hết thảy những cử tọa ngồi quanh nghe Nguyễn Đình Tâm đọc thơ đều can dự và trải qua.

Kể từ buổi nghe thơ rồi chia tay Nguyễn Đình Tâm sau trại viết Mộc Châu năm trước, tôi vẫn có ý đón đợi trường ca "Thức với biển" của ông. Tôi đón đợi và mong sớm được coi ngắm đứa con tinh thần của người bạn viết vong niên mình quý trọng. Ngoài lẽ đó tôi còn có ý kiểm chứng điều dự cảm, đoán định của mình về "Thức với biển" nếu ra đời chắc sẽ được người đọc đón nhận. Đúng sai chỉ là một lẽ thôi nhưng vì cảm tình với tác giả và tác phẩm khiến tôi cũng có phần cực đoan duy lý về điều tự đối với riêng mình.

Rồi đến một trưa đầu mùa đông này, tôi nhận được "Thức với biển" của nhà thơ Nguyễn Đình Tâm gửi tặng. Cầm tập sách còn thơm mùi mực, tôi điện thoại cảm ơn về món quà và chúc mừng ông.

Vậy là hơn một năm trước tôi chỉ mới được nghe người cha đẻ Nguyễn Đình Tâm trần tình, mô tả về đứa con tinh thần của mình. Còn bây giờ hình hài dung mạo hồn cốt đang hiển hiện trước mắt tôi.

Trường ca "Thức với biển", nơi bìa một của cuốn sách được bài trí là màu trời, màu biển hòa lẫn vào nhau xanh ngắt. Trên đường ranh xa ngái phía chân trời lãng đãng những làn mây trắng. Gần cận hơn, một cá thể hải âu đang sải cánh bay, và dưới kia là mặt biển duyềnh lên những lằn sóng tung bọt xô vào bờ cát thật ấn tượng. Trường ca "Thức với biển" khổ 13cm x19cm chỉ với 94 trang in rất mỏng nhỏ nhưng xinh xắn đã rủ rê tôi lần dở với tâm trạng háo hức.

Tôi đọc một mạch hết năm chương trường ca "Thức với biển", rồi tần mẩn ghi lại đề từ của mỗi chương. Mùa chiến dịch; Mở luồng; Tri ân; Giọng biển; Chương năm cũng là chương cuối: Đội ngũ. Tôi gấp tập trường ca mình vừa đọc lại mà tâm trí, lòng dạ vẫn khôn nguôi xúc động xao xuyến từ dư chấn của cuốn sách để lại.

Rồi do công việc, mãi một ngày gần đây tôi đọc mới có dịp đọc "Thức với biển" thêm vài lần nữa, và có lúc dừng lại đọc kỹ hơn từng phân khúc trong mỗi chương của tác phẩm này. Tôi ngồi trong căn phòng của mình, vây quanh nhà cũng có những dãy núi xa cánh rừng gần mà nghe ngoài kia vọng lại tiếng sóng nước của biển khơi, lúc rì rầm, khi quẩn cuộn, xô dạt ì oạp vô hồi. Đang độ tiết mùa đông mà nghe có tiếng sấm sét ùng oàng gầm thét trên bầu trời. Và hình như có cả giông gió đang cuồng nộ. Thảng hoặc vẳng bên tai có cả tiếng đập cánh, tiếng kêu táo tác của đàn chim hải âu cuống quýt hối nhau bay đi trốn bão…

Nhưng rồi thoáng chốc ngất ngư, mê lịm lay lả ấy cũng qua đi. Tôi tỉnh thức, thì ra cảnh huống kia chỉ là chuỗi hình dung hoặc tưởng của mình thôi.

Thì ra "Thức với biển" đã lay thức người đọc là tôi, bởi thi phẩm này do chính một người trong cuộc, một trí thức có tri thức sâu rộng, vốn sống dồi dào, đã viết nên những dòng thơ từ rung cảm cực điểm. Hơn thế, ngôn ngữ được chắt ra từ ký ức, bằng ký ức trung thực, chân thành của người viết nên càng mê hoặc thuyết phục người đọc.

Nhà thơ Nguyễn Đình Tâm quê ở Nghệ An. Ông nguyên là giảng viên, chủ nhiệm bộ môn Động cơ thiết bị nhiệt- Trường Đại học Hàng hải Việt Nam. Từng là một "Dũng sĩ GTVT" trong chiến dịch VT5, một Chính ủy thuộc Công ty Vận tải biển Việt Nam (VOSCO). Ông cũng là người đã dầm mình trong cuộc chiến tranh vệ quốc vĩ đại. Nguyễn Đình Tâm có nhiều tháng ngày cùng thủy thủ đoàn mưu trí, dũng cảm điều khiển đưa dẫn nhiều chuyến tàu vận tải lương thực đạn dược ra tiền tuyến.

Là người sĩ quan trong ngành vận tải biển Việt Nam, Nguyễn Đình Tâm lại sẵn mang trong mình tâm hồn thi sĩ nên mỗi dòng mỗi chữ của trường ca "Thức với biển" mới tươi ròng sống động như thế chứ.

Đọc trường ca người ta nhận rõ tấm lòng trung trinh của Nguyễn Đình Tâm. Phẩm chất người chỉ huy, người thầy, người trong cuộc quyện quánh cùng cái tình của người viết. Mọi diễn tả biểu đạt tác giả gửi thác vào thơ tạo ra một trường lực hút cuốn người đọc đồng điệu đi cùng: *"Tôi đi qua quê mình mà không dừng lại/ Hòn Ngư mờ trong đêm/ Giờ này mẹ chắc còn thao thức/ bên ngọn đèn dầu bằng cổ chai con cắt/ bóng mẹ chập chờn trên vách mưa con đan ...*

Mẹ ơi! Con đây mà/ con không dừng lại được/ biển mịt mù sóng nước con muốn kéo hồi còn thật vang chào quê hương mà chẳng thể…

Tác giả thi ca cũng là chiến binh lái con tầu chở hàng ra tuyến lửa đi qua nơi mình sinh ra nhớ mẹ, nhớ quê nhà quay quắt mà không thể về thăm bậc sinh thành đành thốt lên nhờ vả: " *Xin con sóng tạo nên từ tàu con/ vỗ về bờ với mẹ…*" Nghe mà da diết tha thiết tình tử mẫu làm sao.

Những dòng thơ trích trên đây là trong Khúc hai, Chương một: có tên Mùa chiến chiến dịch: *Băng qua thủy lôi/ băng qua bãi chìm/ một bữa không ăn/ một ngày không ăn, và chỉ mong trời lâu sáng/ canh ba đêm nay chuyển xong hàng…*

Cuộc chiến đã lùi xa. Người trong cuộc Nguyễn Đình Tâm muốn kể lại, muốn giãi bày mọi nếm trải khốc liệt đau thương gom cất đã lâu trong tâm thức trong lòng ông bằng những dòng thơ chân phác trung thực nghiệt ngã đến bất ngờ:

"Anh nhớ không anh/ chiều ấy/ khi quay về cầu một/ hai phản lực đuổi theo bổ nhào/ tàu GF 28 bị nổ tung/ sĩ quan lái đầu và tay chân bay lên cầu mười một/ thuyền trưởng bí cắt đứt ngang thân/ ba thợ máy xác tan bên bệ súng/ bốn thủy thủ ruột trào khỏi bụng/ những chiếc cáng vội vàng/ bước chân người nháo nhác/ ta nén nấc gom từng phần xác bạn/ tay run run cứ chực khóc òa/ tiếng còi tàu rời ga như thét/ như hú lên tiếng thú cuối rừng/ cảng Hải phòng kéo vang những hồi còi vĩnh biệt…"

Khốc liệt mất mát đau thương là vậy nhưng những con người quả cảm làm nhiệm vụ vận tải trên biển ấy đâu có thúc thủ, nhụt chí mà vẫn dặn lòng dặn mình: *"Không ai muốn tìm đến cái chết/ không ai muốn bạn mình hy sinh/ chúng tôi dành nhau ra đi/ nhường nhau phần sống/ tuổi hai mươi, hai lăm như những lõi trầm/ tự thơm và tự cháy…*

Thế là tôi đã đọc, nói đúng hơn tôi đã được chiêm ngưỡng bảy trăm sáu mươi ba câu thơ của trường ca "Thức với biển" của Nguyễn Đình Tâm. Tôi muốn trích dẫn thật nhiều những câu thơ, những đoạn thơ, hoặc tham lam hơn là cả một chương thơ thì thật thỏa. Nhưng khuôn hạn của một bài viết nhỏ này tôi đành để cho thời gian cùng bạn đọc hãy chiêm bái thi phẩm này và chia sẻ cùng nhà thơ vậy.

Bây giờ một lần nữa tôi xin được chúc mừng nhà thơ Nguyễn Đình Tâm, ông vừa được nhận được một niềm vui lớn! Niềm vui không chỉ là "Thức với biển" đã đến tay bạn đọc. Mà hơn thế, tác phẩm này còn là một ghi nhận tâm sức, tấm lòng, năng lực lao động của người cầm bút đam mê thơ của ông nữa. Tôi trộm nghĩ liệu có phải do phận số hay duyên giời xếp đặt không nhỉ? Bởi trùng hợp làm sao là "Cái vận đỏ" đời người nhằm vào đúng cái năm Bính Thân này nhà thơ đứng tuổi Thân lại vinh hạnh nhận luôn được cái lộc vàng. Thậm chí còn quý hơn cả thứ mỹ kim có giá đó, là chuyện ông vừa nhận về một giải thưởng văn chương danh giá. Trường ca "Thức với Biển" của Nguyễn

Đình Tâm đã vượt qua hàng trăm tác phẩm thơ trong cuộc thi sáng tác văn học về đề tài giao thông vận tải do Bộ Giao thông Vận tải và Hội Nhà văn Việt Nam tổ chức. Trường ca "Thức với biển" của Nguyễn Đình Tâm được trao Giải nhất trong cuộc thi này.

(Kiến An, ngày 16 tháng 12 năm 2016)
Vũ Quốc Văn

Episch: Aufwachen mit dem Meer
Ein neuer Durchbruch in der Poesie von Nguyen Dinh Tam

Autorin **Vu Quoc Van**

Als ich mich an den Sommer 2015 im Schreibcamp in Moc Chau erinnerte, erzählte der Dichter Nguyen Dinh Tam, dass er gerade das Epos "Aufwachen mit dem Meer" fertiggestellt hatte. An einem freien Abend setzten sich Nguyen Dinh Tam und einige Schreibfreunde zusammen, um über Literatur zu diskutieren. Ich schlug vor, dass er das Werk "Wake up with the sea" vorliest, damit alle es genießen können. Nguyen Dinh Tam stimmte zu, hielt das Manuskript in der Hand, lächelte strahlend und spielte aufgeregt die Anfangsworte dieses Werks vor.

"Wenn wir das Anker-Logo auf unsere Hüte setzen/ Werden wir beginnen, uns dem Sturm der Wut zu stellen/ Die Wellen sind nah, der Horizont ist weit/ Wissen, dass mein Leben zum Bereich der Leidenschaft und der Sehnsucht gehört/ Lassen Sie uns das Lied des Meeres mitsingen/ Wissen, wie man einander von ganzem Herzen liebt/ Lernen, wie man die Flügel ausbreitet und die Schultern ausstreckt/ Wenn sich die Welle aus der Brust des Meeres erhebt/ Unsere einzige Rettungsboje/ Ist der Glaube und der Mut/ Möwenflügel kommen, um mit uns befreundet zu sein..."

Nachdem Nguyen Dinh Tam einige Zeilen mit einleitenden und beschwörenden Worten gelesen hatte, erhob er sich und blickte mit leuchtenden Augen in das ferne Reich.

Sein Gesicht schien in diesem Moment wie besessen zu sein. Dann ließ er mit einer starken, lebendigen und warmen Stimme aus der Region Nghe An feierlich Worte los, wobei er jede Silbe losließ:

"Winter des Jahres eintausendneunhundertachtundsechzig/ Wir kommen dorthin, wo der Wind beginnt/ Wo die Straßen keine Fußspuren haben/ Wo jede Reise, die wir machen, keine Spuren hinterlässt/ Wo die Wellen mit uns still sind..."

Wir saßen schweigend da und hörten dem Dichter beim Lesen zu, und manchmal dachten wir, er würde fast singen. Ja! Er sang Gedichte, sang das Lied "Wache auf mit dem Meer". Und die Zuhörer, die dem Gedicht damals zuhörten, waren alle ergriffen, sehr traurig. Liegt es an dem Moment, der zufällige Kontext wirkt? Es ist sehr zufällig, denn das "poetische Leben", das wir aufgebaut haben, ist auch ganz spontan im Nordwesten entstanden. In der stillen Nacht, mitten im Wald und in den Bergen der Poesie zu lauschen, ist wie der "Seelenrhythmus" des Autors, und das Werk fügt auch Magie hinzu, durchdringt und durchdringt die Gefühle eines jeden Menschen.

Und darüber hinaus ist das Epos "Aufwachen mit dem Meer" in einer Nussschale, von der Methode des Aufbaus der Struktur bis zur Entwicklung des Raums, der Zeit, der Skala der Konnotation und der Kunst des

Ausdrucks, wirklich würdig, eine Chronik der Poesie genannt zu werden.

Dieses Epos ist voller Heldentum, das der Autor erzählt, und beschreibt eine Periode des patriotischen Seekrieges und der Seeleute im letzten Jahrhundert.

Nguyen Dinh Tam - Der Vorsitzende und Redner der "Poesie-Aktivität" an diesem Abend schien einen magischen Effekt mit emotionalen Worten erzeugt zu haben, die unseren Geist an eine vergangene Zeit erinnerten. Ja! Die Zeit ist vorbei, die Zeit der Befreiung des Südens und der Wiedervereinigung des Vaterlandes ist lange vorbei, aber alle Zuhörer, die Nguyen Dinh Tam beim Lesen von Gedichten zuhörten, waren betroffen und erlebten mit.

Seit ich Nguyen Dinh Tam nach dem Schreibcamp von Moc Chau im letzten Jahr zuhörte und mich von ihm verabschiedete, freue ich mich immer noch auf sein episches Gedicht "Aufwachen mit dem Meer". Ich freue mich auf das Werk meines langjährigen Freundes und bin gespannt darauf. Außerdem habe ich vor, meine Vermutung und Vorhersage über "Aufwachen mit dem Meer" zu testen, ob es bei den Lesern gut ankommen wird. Richtig und falsch ist nur eine Sache, aber aufgrund meiner Zuneigung zur Autorin und zum Werk bin ich auch etwas rationalistisch, was meine eigenen Selbstzweifel angeht.

Dann, eines Mittags zu Beginn dieses Winters, erhielt ich "Aufwachen mit dem Meer" von dem Dichter Nguyen Dinh Tam. Ich hielt das Buch in der Hand, das noch nach Tinte roch, und rief ihn an, um ihm für das Geschenk zu danken und ihm zu gratulieren.

Vor mehr als einem Jahr hörte ich meinen leiblichen Vater Nguyen Dinh Tam gestehen und sein Geistesprodukt beschreiben. Und nun taucht die Gestalt des Gesichts vor meinen Augen auf.

Das Epos "Aufwachen mit dem Meer", bei dem das erste Cover des Buches mit den Farben des Himmels verziert ist, die sich mit den Farben des Meeres in Blau vermischen. Auf der fernen Straße am fernen Horizont sind weiße Wolken verstreut. Aus der Nähe betrachtet, breitet eine einzelne Möwe ihre Flügel aus, und darunter ist die Meeresoberfläche mit beeindruckenden schäumenden Wellen zu sehen, die an den Sandstrand schlagen. Das epische Gedicht "Aufwachen mit dem Meer" 13cm x 19cm mit nur 94 sehr dünnen, aber hübsch gedruckten Seiten hatte mich in seinen Bann gezogen und in eine gespannte Stimmung versetzt.

Ich las die fünf Kapitel des Epos "Aufwachen mit dem Meer" in einem Rutsch durch und notierte mir dann fleißig die Überschriften der einzelnen Kapitel. Saison des Feldzugs; Öffnung des Stroms; Dankbarkeit; Meer der Stimmen; Kapitel fünf ist auch das Schlusskapitel: Schwadron. Ich klappte das Buch der Epen zu, das ich gerade wieder gelesen hatte, aber mein Geist und mein Herz waren noch immer unruhig von den Nachwehen des Buches.

Dann, aufgrund der Arbeit, las ich erst vor kurzem "Wake up with the Sea" noch ein paar Mal, und manchmal hielt ich an, um jeden Abschnitt in jedem Kapitel dieses Werkes genauer zu lesen. Ich saß in meinem Zimmer, umgeben von Bergen und Wäldern in der Nähe des Hauses, aber draußen hörte ich das Rauschen der Wellen des Meeres, manchmal rauschend, manchmal sich windend, taumelnd. Im Winter hörte ich den Donner am Himmel tosen. Und es scheint ein Sturm zu wüten. Gelegentlich hört man Flügelschlagen und das Zwitschern von Möwen, die dem Sturm entfliehen wollen...

Aber dann waren für einen Moment auch die Ohnmacht, die Benommenheit und die Lethargie vorbei. Als ich aufwachte, stellte sich heraus, dass die Situation nur eine Folge meiner Visualisierungen oder Gedanken war.

Es stellt sich heraus, dass "Wake with the Sea" den Leser wie mich wachgerüttelt hat, denn dieses Gedicht wurde von einem Insider geschrieben, einem Intellektuellen mit umfangreichem Wissen, der in der Fülle der Kulmination lebt. Außerdem ist die Sprache aus der Erinnerung destilliert, aus der ehrlichen und aufrichtigen Erinnerung des Autors, so dass sie den Leser fasziniert und überzeugt.

Der in Nghe An geborene Dichter Nguyen Dinh Tam ist ehemaliger Dozent und Leiter der Abteilung für Wärmekraftmaschinen und Ausrüstung an der Vietnamesischen Seefahrtsuniversität. Früher war er ein "Transport Hero" in der VT5-Kampagne, ein politischer Kommissar der Vietnam Shipping Company (VOSCO). Er war auch derjenige, der in den

Großen Vaterländischen Krieg eingetaucht ist. Nguyen Dinh Tam hat viele Monate und Tage mit einer klugen und mutigen Mannschaft verbracht, um viele Züge zu führen, die Lebensmittel und Munition an die Front transportierten.

Als Offizier in der vietnamesischen Schifffahrt hat Nguyen Dinh Tam eine poetische Seele, so dass jede Zeile und jedes Wort des Epos "Aufwachen mit dem Meer" so frisch und lebendig ist.

Beim Lesen des Epos erkennt man deutlich das treue Herz von Nguyen Dinh Tam. Die Eigenschaften eines Führers, eines Lehrers und eines Eingeweihten sind mit der Liebe des Schriftstellers verwoben. Jeder ausdrucksstarke Ausdruck, den der Autor in das Gedicht einfließen lässt, erzeugt ein magnetisches Anziehungsfeld, das den Leser mitreißt". *Ich bin durch meine Heimatstadt gegangen, ohne anzuhalten / Die Insel Ngu verblasste in der Nacht / Um diese Zeit muss meine Mutter wach sein / Neben einer Öllampe mit dem Hals einer Flasche, die ich abgeschnitten habe / Mutters Schatten flackert auf der Bambuswand, die ich gestrickt habe..."*

Mutti! Ich bin hier, Mama/ Ich kann nicht aufhören/ Das Meer ist weit weg und dunkle Wasserwellen/ Ich möchte die Hupe ganz laut ziehen/ Hallo Heimat, aber ich kann nicht...

Der poetische Autor ist auch ein Krieger, der einen Güterzug zur Feuerlinie fährt, der durch seinen Geburtsort fährt, weil er seine Mutter vermisst, weil er seine Heimatstadt vermisst, aber nicht in der Lage ist, seine Eltern zu besuchen, und deshalb hat er um Hilfe gebeten: "Gebt mir die Welle von meinem Schiff / die mit der Mutter an das Ufer klopft..." Hören Sie, wie aufrichtig die Liebe einer Mutter ist.

Die oben zitierten Gedichtzeilen stammen aus dem zweiten Teil des ersten Kapitels mit dem Titel "Campaign Season": *Durch den Torpedo/über den versunkenen Strand/eine Mahlzeit ohne Essen/einen Tag ohne Essen/umgestürzte Töpfe und Pfannen/vorübergehend ein Stück Trockenfutter essen/ich hoffe nur auf einen langen Morgen/ich muss die Lieferung heute Abend in der dritten Nachtwache beenden...*

Der Krieg lag weit zurück. Der Insider - Dichter Nguyen Dinh Tam will erzählen, will all die bitteren und schmerzhaften Erfahrungen, die sich seit langem in seinem Kopf und Herzen angesammelt haben, mit überraschend brutal ehrlichen Zeilen ausdrücken:

"Erinnern Sie sich/an jenem Nachmittag/als ich zur Brücke zurückkehrte/zwei Düsenjäger stürzten/GF 28 Schiff wurde in die Luft gesprengt/der Kopf und die Gliedmaßen des Offiziers flogen auf die elfte Brücke/der Kapitän wurde quer über den Körper geschnitten/drei Mechaniker wurden direkt neben dem Geschützpodest zerstückelt/die Eingeweide von vier Matrosen quollen aus dem Bauch heraus/Die Bahren in Eile/Die Schritte der Menschen sind chaotisch/Ich sammelte jeden Teil Ihres Körpers/Meine Hände zittern, Ich werde weinen/Das Geräusch der Schiffspfeife, die den Bahnhof verlässt, ist wie ein Schrei/Wie heulende Bestien am Ende des Waldes/Hai Phong Port ertönt das Geräusch der Abschiedspfeifen..."

So groß sind der Verlust und der Schmerz, aber die tapferen Menschen, die auf dem Meer ihren Dienst verrichten, lassen sich nicht entmutigen, sondern erinnern sich immer wieder daran: "Niemand will den Tod finden / Niemand will seinen Freund opfern / Wir kämpfen um einander, um zu gehen / Wir geben einander den Teil des Lebens ab / Zwanzig, fünfundzwanzig sind wie Basskerne / Selbstduftend und selbstverbrennend...

So habe ich die siebenhundertdreiundsechzig Verse des epischen Gedichts "Mit dem Meer aufwachen" von Nguyen Dinh Tam gelesen, oder vielmehr bewundert. Ich würde lieber so viele Verse, Passagen oder Gier zitieren, wie ein ganzes Kapitel befriedigend wäre. Aber die Begrenzung dieses kleinen Artikels, musste ich Zeit mit den Lesern verbringen, um dieses Gedicht zu bewundern und es mit dem Dichter zu teilen.

Nun möchte ich dem Dichter Nguyen Dinh Tam noch einmal gratulieren, er hat gerade eine große Freude erhalten! Freude ist nicht nur, dass "Aufwachen mit dem Meer" die Leser erreicht hat. Vielmehr ist dieses Werk auch eine Anerkennung für das Herz, das Herz und die Arbeitskraft des Schriftstellers, der seine Poesie mit Leidenschaft betreibt. Ich frage mich, ob es vom Schicksal oder vom Zufall arrangiert wurde? Durch den Zufall, wie das "Rote Glück" des menschlichen Lebens auf dieses Jahr des Affen ausgerichtet ist, wird der alte Dichter des Affenzeitalters geehrt, das goldene Glück zu erhalten. Noch wertvoller als dieses Edelmetall war die Tatsache, dass er gerade einen angesehenen Literaturpreis erhalten hatte. Das Gedicht "Mit dem Meer aufwachen" von Nguyen Dinh Tam hat sich bei dem vom Verkehrsministerium und dem vietnamesischen Schriftstellerverband veranstalteten Literaturwettbewerb zum Thema Verkehr gegen Hunderte von poetischen Werken durchgesetzt. Das Lied "Wake with the sea" von Nguyen Dinh Tam wurde mit dem ersten Preis dieses Wettbewerbs ausgezeichnet.

(Kien An, Datum vom 16. Dezember 2016)

Autorin **Vu Quoc Van**

Über den Autor

Nguyen Dinh Tam

* Geboren am 24. Juli 1944 in der Stadt Cua Lo, Provinz Nghe An, Vietnam.

* Ehemaliger Dozent, Leiter der Abteilung "Motor - Thermische Anlagen" der Vietnam Maritime University.

* Mitglied der Vietnam Writers Association.

* Mitglied der Vietnam Overseas Study Association.

* Mitglied des Schriftstellerverbands der Stadt Hai Phong.

* Literaturpreis:+ Im Jahr 2015: Erster Preis im Literaturwettbewerb des vietnamesischen Schriftstellerverbands und des Ministeriums für Kommunikation und Verkehr, der 2014-2015 anlässlich des 70. Jahrestags des Ministeriums für Kommunikation und Verkehr veranstaltet wurde, mit dem Epos "Aufwachen mit dem Meer".

+ 2016: Erster Preis im Poesiewettbewerb "55 Jahre Land und Leute" Ngo Quyen District, Hai Phong City.

+ 2017: Auszeichnung "Zehn Jahre gute Poesie" durch die Lehrervereinigung von Hai Phong City (2007 - 2017).

+ 2018: Nanum Literary Award, Korea (Nanum Literary Award). + 2019: Auszeichnung des nationalen Poesiewettbewerbs "Hai Phong - A Rising Aspiration".

+ 2022: Auszeichnung als bester Dichter des Jahres durch den Ukiyoto-Verlag.

* Seine veröffentlichten Gedichtwerke:

- Wellen im Herbst - Hai Phong Publishing House - 1982

- Liebe zum Meer - Verlag der Schriftstellervereinigung - 2005

- Aufwachen mit dem Herbst - Writers Association Publishing House - 2012.

- Aufwachen mit dem Meer - Maritime Publishing House - 2015

- Eine Zeit des Meeres - Lyrik und Epik - Writers' Association Publishing House - 2017.

- Lila Sonnenuntergang Lan Chau - Writers' Association Publishing House - 2018

- Worte der Möwen - Writers' Association Publishing House - 2021

- Herbst & das Meer - Ukiyoto Verlag - 2022

- Lass dein schönes Haar im Herbst frei - veröffentlicht in Korea - 2022

-Blumen der Erinnerung, Tiefblaue Sehnsucht - veröffentlicht in Korea - 2022

* Viele seiner poetischen Werke wurden in ausländischen Literaturzeitschriften in Korea, Rumänien, Nepal, Italien, Russland, Pakistan, Indien, Griechenland, Anthology of Poetry, Asian Literature, Association of World Writers-AWW... veröffentlicht.

www.ingramcontent.com/pod-product-compliance
Lightning Source LLC
LaVergne TN
LVHW041841070526
838199LV00045BA/1384